DIYETA SA MEDITERANEO AKLAT NG LUTUIN PARA SA MGA NAGSISIMULA 2023

100+ MADALI AT MALASANG RECIPE, 30-ARAW NA PLANO NG PAGKAIN NA TUTULUNGAN KANG BUMUO NG MALUSOG

Raul Navarro

Disclaimer

Ang impormasyong nakapaloob sa eBook na ito ay nilalayong magsilbi bilang isang komprehensibong koleksyon ng mga estratehiya na pinagsaliksik ng may-akda ng eBook na ito. Ang mga buod, diskarte, tip, at trick ay inirerekomenda lamang ng may-akda, at ang pagbabasa ng eBook na ito ay hindi magagarantiya na ang mga resulta ng isang tao ay eksaktong sasalamin sa mga resulta ng may-akda. Ginawa ng may-akda ng eBook ang lahat ng makatwirang pagsisikap na magbigay ng kasalukuyan at tumpak na impormasyon para sa mga mambabasa ng eBook. Ang may-akda at mga kasama nito ay hindi mananagot para sa anumang hindi sinasadyang pagkakamali o mga pagkukulang na maaaring matagpuan. Ang materyal sa eBook ay maaaring magsama ng impormasyon mula sa mga ikatlong partido. Ang mga third-party na materyales ay binubuo ng mga opinyon na ipinahayag ng mga may-ari ng mga ito. Dahil dito, hindi inaako ng may-akda ng eBook ang responsibilidad o pananagutan para sa anumang materyal o opinyon ng third-party.

TALAAN NG MGA NILALAMAN

PANIMULA

100+ Madali at Malasang Recipe, 30-Araw na Plano ng Pagkain na Tutulungan kang Bumuo ng Mga Malusog na Gawi.

✓Naghahanap ka ba ng isang Aklat ng lutuin na nagbabawas ng mga calorie at bumubuo ng malusog na mga gawi sa pagkain nang hindi sinasakripisyo ang lasa?

✓Naghahanap ka ba ng diyeta para sa anumang pangangailangan: Pagbabawas ng Timbang, Kalusugan ng Puso, Kalusugan ng Utak, Pangmatagalan, at Malusog na Gut?

✓Kailangan mo ba ng perpektong 30-Day Diet Plan para matulungan kang madaling makakuha ng masarap at malusog na diyeta nang hindi na iniisip kung ano ang susunod na kakainin?

Kung gayon ang DIYETA SA MEDITERANEO AKLAT NG LUTUIN PARA SA MGA NAGSISIMULA 2023 na ito ay magiging perpekto para sa iyo, friendly sa mga baguhan at advanced na user, ang pinagkakatiwalaang gabay sa pagluluto at pagkain sa paraan ng Mediterranean, na nagtatampok ng perpektong balanse ng mga gulay, butil, prutas, mataas na kalidad na mga protina, masaganang bahagi ng langis ng oliba , at paminsan-minsang paghahain ng karne at isda.

Narito kung ano ang makikita mo sa komprehensibong gabay na ito:

Mga Pangunahing Kaalaman ng DIYETA SA MEDITERANEO. Matuto nang higit pa tungkol sa kung ano ang Mediterranean diet, ang pinagbabatayan na mga prinsipyong dapat sundin at kung paano ito nagbibigay ng malusog na patnubay para sa napapanatiling pagbaba ng timbang at pagtatatag ng malusog na mga gawi sa pagkain.

Mabilis at Madaling Recipe. Makakahanap ka ng walang katapusang iba't ibang mabilis at madaling mga recipe na nahahati sa mga kategorya at pinalamutian ng kapaki-pakinabang na impormasyon tulad ng mga nutritional value, oras ng paghahanda, at pagluluto, na idinisenyo upang pasayahin ang panlasa at itaguyod ang kagalingan.

Isang 30-Araw na Diet Plan. Isang madaling sundan na 30-araw na plano sa pagkain sa Mediterranean upang makapagsimula ka, na may mga kumpletong listahan ng pamimili at pagkain, at mga tip para sa paggawa ng sarili mong mga menu.

Ang mga recipe mula sa iba't ibang kategorya ay maaaring pagsamahin sa isang 100-araw na hindi paulit-ulit na pang-araw-araw na plano ng pagkain:

- Mga Recipe ng Almusal
- Isda at Seafood
- Mga Mains ng Gulay at Mga Recipe na Walang Karne
- Beans, Butil at Pasta
- Mga Prutas, Panghimagas at Meryenda
- Mga Gilid , Salad, at Sopas
- Manok at Karne.

1. Mga gamba ng hipon

Nagsisilbi 6

Mga sangkap:

- 1/2 tasa ng langis ng oliba
- Juice ng 1 lemon
- 2 kutsarita ng asin sa dagat
- 24 katamtamang laki ng hipon, sa shell na buo ang mga ulo

Mga direksyon:

a) Sa isang mangkok ng paghahalo, pagsamahin ang langis ng oliba, lemon juice, at asin at pukawin hanggang sa lubusan na pinagsama. Upang bahagyang mabalot ang hipon, isawsaw ang mga ito sa pinaghalong sa loob ng ilang segundo.

b) Sa isang tuyong kawali, init ang mantika sa mataas na apoy. Nagtatrabaho sa mga batch, idagdag ang hipon sa isang layer nang hindi sinisiksik ang kawali kapag ito ay napakainit. 1 minutong paglalagablab

c) Bawasan ang init sa katamtaman at lutuin ng karagdagang minuto. Palakihin ang init sa mataas at painitin ang hipon para sa isa pang 2 minuto, o hanggang sa ginintuang.

d) Panatilihing mainit ang hipon sa isang mababang oven sa isang ovenproof na plato.

e) Lutuin ang natitirang hipon sa parehong paraan.

2. Tahong vinaigrette

Servings: Gumagawa ng 30 tapas

Mga sangkap:

- 2 1/2 dozen na tahong, kinuskos at inalis ang mga balbas Ginutay-gutay na litsugas
- 2 kutsarang tinadtad na berdeng sibuyas
- 2 kutsarang tinadtad na berdeng paminta
- 2 kutsarang tinadtad na pulang paminta
- 1 kutsarang tinadtad na perehil
- 4 na kutsarang langis ng oliba
- 2 kutsarang suka o lemon juice
- Dash ng red pepper sauce
- Asin sa panlasa

Mga direksyon:

a) Pasingawan ang mga tahong bukas.

b) Ilagay ang mga ito sa isang malaking palayok ng tubig. Takpan at lutuin sa mataas na apoy, haluin ang kawali paminsan-minsan, hanggang sa bumukas ang mga shell. Alisin ang mga tahong mula sa apoy at itapon ang mga hindi nagbubukas.

c) Ang mga tahong ay maaari ding painitin sa microwave para mabuksan ang mga ito. I-microwave ang mga ito sa loob ng isang minuto sa maximum na lakas sa isang microwave-safe na mangkok, bahagyang natatakpan.

d) Microwave para sa isa pang minuto pagkatapos ng paghahalo. Alisin ang anumang tahong na nabuksan at lutuin ng isa pang minuto sa microwave. Alisin muli ang mga bukas.

e) Alisin at itapon ang mga walang laman na shell kapag sapat na ang lamig para mahawakan.

f) Sa isang serving tray, ilagay ang mga mussel sa isang higaan ng ginutay-gutay na litsugas bago ihain.

g) Pagsamahin ang sibuyas, berde at pulang paminta, perehil, mantika, at suka sa isang pinaghalong ulam.

h) Salt at red pepper sauce sa panlasa. Punan ang mga shell ng tahong sa kalahati ng pinaghalong.

3. Mga paminta na pinalamanan ng bigas

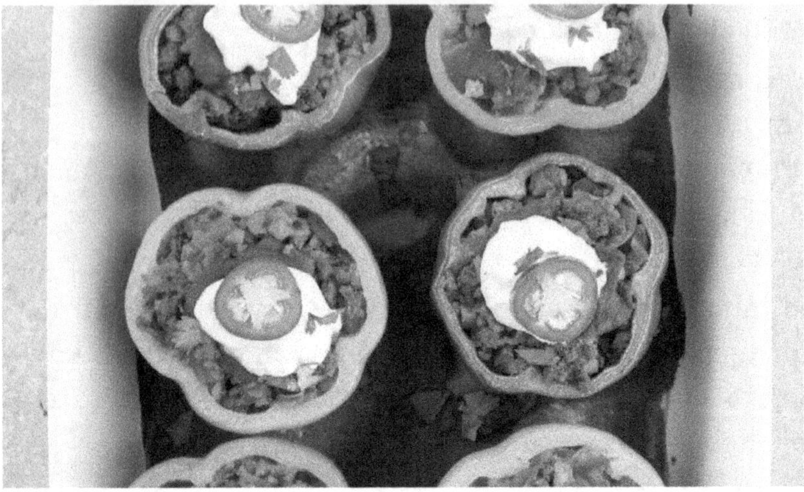

Servings: 4

Mga sangkap:

- 1 lb. 2 oz. short-grained Spanish Rice, tulad ng Bomba o Calasparra
- 2-3 kutsarang langis ng oliba
- 4 malalaking pulang paminta
- 1 maliit na pulang paminta, tinadtad
- 1/2 sibuyas, tinadtad
- 1/2 kamatis, balat at tinadtad
- 5 oz. tinadtad / tinadtad na baboy o 3 oz. bakalaw ng asin
- Safron
- Tinadtad na sariwang perehil
- asin

Mga direksyon:

a) Kuskusin ang mga panloob na lamad gamit ang isang kutsarita pagkatapos putulin ang mga dulo ng tangkay ng mga sili at i-save ang mga ito bilang mga talukap upang muling ilagay sa ibang pagkakataon.

b) Init ang mantika at dahan-dahang igisa ang pulang paminta hanggang lumambot.

c) Iprito ang sibuyas hanggang lumambot, pagkatapos ay idagdag ang karne at bahagyang kayumanggi ito, idagdag ang kamatis pagkatapos ng ilang minuto, pagkatapos ay idagdag ang lutong paminta, hilaw na bigas, safron, at perehil. Timplahan ng asin ayon sa panlasa.

d) Maingat na punan ang mga sili at ilagay ang mga ito sa kanilang mga gilid sa isang ovenproof dish, maging maingat na hindi matapon ang pagpuno.

e) Magluto ng ulam sa isang mainit na hurno para sa mga 1 1/2 oras, na sakop.

f) Ang kanin ay niluto sa mga likido ng kamatis at paminta.

4. Calamari na may rosemary at chili oil

Servings: 4

Mga sangkap:

- Extra virgin olive oil
- 1 bungkos ng sariwang rosemary
- 2 buong pulang sili, inalis ang binhi at pinong tinadtad na 150ml solong cream
- 3 pula ng itlog
- 2 kutsarang gadgad na Parmesan cheese
- 2 kutsarang plain flour
- Asin at sariwang giniling na itim na paminta
- 1 sibuyas ng bawang, binalatan at durog
- 1 kutsarita ng tuyo na oregano
- Langis ng gulay para sa deep-frying
- 6 Pusit, nilinis at pinutol ng mga singsing
- asin

Mga direksyon:

a) Upang gawin ang dressing, init ang langis ng oliba sa isang maliit na kasirola at ihalo ang rosemary at sili. Alisin sa equation.

b) Sa isang malaking mixing bowl, haluin ang cream, egg yolks, parmesan cheese, harina, bawang, at oregano. Haluin hanggang makinis ang batter. Timplahan ng itim na paminta, sariwang giniling.

c) Painitin muna ang mantika sa 200°C para sa deep-frying, o hanggang ang isang cube ng tinapay ay maging brown sa loob ng 30 segundo.

d) Isawsaw ang mga singsing ng pusit, nang paisa-isa, sa batter at maingat na ilagay ang mga ito sa mantika. Lutuin hanggang sa ginintuang kayumanggi, mga 2-3 minuto.

e) Patuyuin sa papel sa kusina at ihain kaagad na may ibinuhos na dressing sa ibabaw. Kung kinakailangan, timplahan ng asin.

5. Tortellini Salad

Servings: 8

Mga sangkap:

- 1 pakete na may tatlong kulay na cheese tortellini
- $\frac{1}{2}$ tasang diced pepperoni
- $\frac{1}{4}$ tasang hiniwang scallion
- 1 diced green bell pepper
- 1 tasa ng kalahating cherry tomatoes
- $1\frac{1}{4}$ tasang hiniwang Kalamata olive
- $\frac{3}{4}$ tasa tinadtad na adobong pusong artichoke 6 oz. diced mozzarella cheese 1/3 cup Italian dressing

Mga direksyon:

a) Lutuin ang tortellini ayon sa Mga Direksyon sa pakete, pagkatapos ay alisan ng tubig.

b) Ihagis ang tortellini kasama ang mga natitirang Sangkap, hindi kasama ang dressing, sa isang malaking mixing bowl.

c) Ibuhos ang dressing sa itaas.

d) Magtabi ng 2 oras upang palamig.

6. Caprese Pasta Salad

Servings: 8

Mga sangkap:

- 2 tasang nilutong penne pasta
- 1 tasang pesto
- 2 tinadtad na kamatis
- 1 tasang diced mozzarella cheese
- Asin at paminta para lumasa
- 1/8 kutsarita ng oregano
- 2 kutsarita ng red wine vinegar

Mga direksyon:

a) Lutuin ang pasta ayon sa Mga Direksyon sa pakete, na dapat tumagal nang humigit-kumulang 12 minuto. Alisan ng tubig.

b) Sa isang malaking mixing bowl, pagsamahin ang pasta, pesto, kamatis, at keso; timplahan ng asin, paminta, at oregano.

c) Ibuhos ang suka ng red wine sa itaas.

d) Itabi ng 1 oras sa refrigerator.

7. Balsamic Bruschetta

Servings: 8

Mga sangkap:

- 1 tasang tinanggalan ng binhi at diced na mga kamatis ng Roma
- $\frac{1}{4}$ tasa tinadtad na basil
- $\frac{1}{2}$ tasang ginutay-gutay na pecorino cheese
- 1 tinadtad na sibuyas ng bawang
- 1 kutsarang balsamic vinegar
- 1 kutsarita ng langis ng oliba
- Asin at paminta sa panlasa - mag-ingat, dahil ang keso ay medyo maalat sa sarili nitong.
- 1 hiniwang tinapay ng French bread
- 3 kutsarang langis ng oliba
- $\frac{1}{4}$ kutsarita ng pulbos ng bawang
- $\frac{1}{4}$ kutsarita ng basil

Mga direksyon:

a) Sa isang mixing dish, pagsamahin ang mga kamatis, basil, pecorino cheese, at bawang.

b) Sa isang maliit na mangkok ng paghahalo, haluin ang suka at 1 kutsarang langis ng oliba; isantabi. c) Ibuhos ang mga hiwa ng tinapay na may langis ng oliba, pulbos ng bawang, at basil.

c) Ilagay sa isang baking pan at i-toast ng 5 minuto sa 350 degrees.

d) Ilabas sa oven. Pagkatapos ay idagdag ang pinaghalong kamatis at keso sa itaas.

e) Kung kinakailangan, timplahan ng asin at paminta.

f) Ihain kaagad.

8. Mga Bola ng Pizza

Servings: 10

Mga sangkap:

- 1 lb. durog na giniling na sausage
- 2 tasang Bisquick mix
- 1 tinadtad na sibuyas
- 3 tinadtad na sibuyas ng bawang
- $\frac{3}{4}$ kutsarita ng Italian seasoning
- 2 tasang ginutay-gutay na mozzarella cheese
- 1 $\frac{1}{2}$ tasa ng sarsa ng pizza - hinati
- $\frac{1}{4}$ tasa ng parmesan cheese

Mga direksyon:

a) Painitin ang hurno sa 400 degrees Fahrenheit.

b) Maghanda ng baking sheet sa pamamagitan ng pag-spray nito ng non-stick cooking spray.

c) Paghaluin ang sausage, Bisquick mix, sibuyas, bawang, Italian seasoning, mozzarella cheese, at 12 cup pizza sauce nang magkasama sa isang mixing bowl.

d) Pagkatapos nito, magdagdag lamang ng sapat na tubig upang magawa ito.

e) Pagulungin ang kuwarta sa mga 1-pulgadang bola.

f) Ibuhos ang parmesan cheese sa ibabaw ng mga bola ng pizza.

g) Pagkatapos nito, ilagay ang mga bola sa baking sheet na iyong inihanda.

h) Painitin ang oven sa 350°F at maghurno ng 20 minuto.

i) Ihain kasama ang natitirang pizza sauce sa gilid para isawsaw.

9. Malutong na hipon fritters

Nagsisilbi 6

Mga sangkap:

- $\frac{1}{2}$ kilo na maliit na hipon, binalatan
- $1\frac{1}{2}$ tasa ng chickpea o regular na harina
- 1 kutsarang tinadtad na sariwang flat-leaf parsley
- 3 scallion, puting bahagi at kaunti sa malambot na berdeng tuktok, pinong tinadtad
- $\frac{1}{2}$ kutsarita ng matamis na paprika/pimenton
- asin
- Langis ng oliba para sa deep-frying

Mga direksyon:

a) Iluto ang hipon sa isang kasirola na may sapat na tubig upang matakpan ang mga ito at pakuluan sa mataas na apoy.

b) Sa isang mangkok o food processor, pagsamahin ang harina, perehil, scallion, at pimentón upang makagawa ng batter. Idagdag ang pinalamig na tubig sa pagluluto at isang pakurot ng asin.

c) Haluin o iproseso hanggang sa magkaroon ka ng texture na medyo mas makapal kaysa pancake batter. Palamigin ng 1 oras pagkatapos takpan.

d) Kunin ang hipon sa refrigerator at hiwain ng pino. Ang mga giling ng kape ay dapat na ang laki ng mga piraso.

e) Alisin ang batter sa refrigerator at ihalo ang hipon.

f) Sa isang mabigat na kawali, ibuhos ang langis ng oliba sa lalim na humigit-kumulang 1 pulgada at init sa sobrang init hanggang sa halos umusok na ito.

g) Para sa bawat fritter, ibuhos ang 1 kutsara ng batter sa mantika at patagin ang batter gamit ang likod ng isang kutsara sa isang pabilog na 3 1/2 pulgada ang lapad.

h) Magprito ng humigit-kumulang 1 minuto sa bawat panig, paikutin nang isang beses, o hanggang sa maging ginintuang at malutong ang mga fritter.
i) Alisin ang mga fritter gamit ang isang slotted na kutsara at ilagay ang mga ito sa isang ovenproof dish.
j) Ihain kaagad.

10. Mga pinalamanan na kamatis

Mga sangkap:

- 8 maliliit na kamatis, o 3 malalaking kamatis
- 4 hard-boiled na itlog, pinalamig at binalatan
- 6 na kutsarang Aioli o mayonesa
- Asin at paminta
- 1 kutsarang perehil, tinadtad
- 1 kutsarang puting breadcrumbs, kung gumagamit ng malalaking kamatis

Mga direksyon:

a) Ilubog ang mga kamatis sa isang palanggana ng may yelo o sobrang lamig na tubig pagkatapos balatan ang mga ito sa isang kawali ng kumukulong tubig sa loob ng 10 segundo.

b) Gupitin ang tuktok ng mga kamatis. Gamit ang isang kutsarita o isang maliit, matalim na kutsilyo, simutin ang mga buto at loob.

c) I-mash ang mga itlog na may Aioli (o mayonesa, kung gumagamit), asin, paminta, at perehil sa isang mangkok ng paghahalo.

d) Lagyan ng laman ang mga kamatis, pindutin nang mahigpit ang mga ito. Palitan ang mga talukap ng mata sa isang masiglang anggulo sa maliliit na kamatis.

e) Punan ang mga kamatis sa itaas, pindutin nang mahigpit hanggang sa sila ay magkapantay. Palamigin ng 1 oras bago hiwain sa mga singsing gamit ang isang matalim na kutsilyong inukit.

f) Palamutihan ng perehil.

11. Salt cod fritters na may Aioli

Nagsisilbi 6

Mga sangkap:

- 1 lb. asin na bakalaw, ibinabad
- 3 1/2 oz. pinatuyong puting breadcrumbs
- 1/4 lb. floury patatas
- Langis ng oliba, para sa mababaw na pagprito
- 1/4 tasa ng gatas
- Lemon wedges at dahon ng salad, upang ihain
- 6 na sibuyas na sibuyas na pinong tinadtad
- Aioli

Mga direksyon:

a) Sa isang kawali ng bahagyang inasnan na tubig na kumukulo, lutuin ang mga patatas, hindi binalatan, nang mga 20 minuto, o hanggang malambot. Alisan ng tubig.

b) Balatan ang mga patatas sa sandaling lumamig na sila, pagkatapos ay i-mash gamit ang isang tinidor o isang potato masher.

c) Sa isang kasirola, pagsamahin ang gatas, at kalahati ng spring onions, at dalhin sa isang kumulo. Idagdag ang babad na bakalaw at i-poach sa loob ng 10-15 minuto, o hanggang madali itong matuklap. Alisin ang bakalaw mula sa kawali at i-flake ito sa isang mangkok na may tinidor, alisin ang mga buto at balat.

d) Ihagis sa 4 na kutsarang niligis na patatas ang bakalaw at ihalo sa kahoy na kutsara.

e) Gumalaw sa langis ng oliba, pagkatapos ay unti-unting idagdag ang natitirang mashed patatas. Pagsamahin ang natitirang spring onions at parsley sa isang mixing bowl.

f) Upang tikman, timplahan ng lemon juice at paminta.

g) Sa isang hiwalay na mangkok, talunin ang isang itlog hanggang sa mahusay na timpla, pagkatapos ay palamigin hanggang solid.

h) Pagulungin ang pinalamig na pinaghalong isda sa 12-18 na bola, pagkatapos ay malumanay na patagin sa maliliit na bilog na cake.

i) Ang bawat isa ay dapat unahin ang harina, pagkatapos ay isawsaw sa natitirang pinalo na itlog at tapusin sa mga tuyong breadcrumb.

j) Palamigin hanggang handa nang iprito.

k) Sa isang malaki at mabigat na kawali, magpainit ng humigit-kumulang 3/4-pulgada na mantika. Lutuin ang mga fritter sa loob ng halos 4 na minuto sa medium-high heat.

l) Ibalik ang mga ito at lutuin para sa isa pang 4 na minuto, o hanggang sa malutong at ginintuang sa kabilang panig.

m) Patuyuin sa mga tuwalya ng papel bago ihain kasama ng Aioli, lemon wedges, at dahon ng salad.

12. Mga croquette ng hipon

Gumagawa ng mga 36 na yunit

Mga sangkap:

- 3 1/2 oz. mantikilya
- 4 oz. harina
- 1 1/4 pints malamig na gatas
- Asin at paminta
- 14 oz. nilutong binalatan na hipon, diced
- 2 kutsaritang tomato puree
- 5 o 6 na kutsarang pinong breadcrumbs
- 2 malalaking itlog, pinalo
- Langis ng oliba para sa deep-frying

Mga direksyon:

a) Sa isang medium saucepan, matunaw ang mantikilya at idagdag ang harina, patuloy na pagpapakilos.

b) Dahan-dahang ibuhos ang pinalamig na gatas, patuloy na pagpapakilos, hanggang sa magkaroon ka ng makapal at makinis na sarsa.

c) Idagdag ang mga hipon, timplahan ng asin at paminta, pagkatapos ay ihalo ang tomato paste. Magluto ng isa pang 7 hanggang 8 minuto.

d) Kumuha ng kaunting kutsara ng Mga Sangkap at igulong ito sa isang 1 1/2 - 2-pulgadang cylinder croquet.

e) Pagulungin ang mga croquet sa breadcrumbs, pagkatapos ay sa pinalo na itlog, at huling sa breadcrumbs.

f) Sa isang malaki at mabigat na ilalim na kawali, initin ang mantika para sa deep-frying hanggang umabot sa 350°F o ang isang cube ng tinapay ay nagiging golden brown sa loob ng 20-30 segundo.

g) Magprito ng halos 5 minuto sa mga batch na hindi hihigit sa 3 o 4 hanggang sa ginintuang kayumanggi.

h) Gamit ang slotted na kutsara, alisin ang manok, patuyuin sa papel ng kusina, at ihain kaagad.

13. Malutong na spiced na patatas

Nagsisilbi: 4

Mga sangkap:

- 3 kutsarang langis ng oliba
- 4 Russet na patatas, binalatan, at pinutol
- 2 kutsarang tinadtad na sibuyas
- 2 cloves ng bawang, tinadtad
- Asin at sariwang giniling na itim na paminta
- 1 1/2 kutsarang Spanish paprika
- 1/4 kutsarita ng Tabasco Sauce
- 1/4 kutsarita ng ground thyme
- 1/2 tasa ng Ketchup
- 1/2 tasa ng mayonesa
- Tinadtad na perehil, upang palamutihan
- 1 tasa ng langis ng oliba, para sa pagprito

Mga direksyon:

Ang brava sauce:

a) Init ang 3 kutsarang langis ng oliba sa isang kasirola sa katamtamang init. Igisa ang sibuyas at bawang hanggang sa lumambot ang sibuyas.

b) Alisin ang kawali mula sa apoy at ihalo ang paprika, sarsa ng Tabasco, at thyme.

c) Sa isang mangkok ng paghahalo, pagsamahin ang ketchup at mayonesa.

d) Sa panlasa, timplahan ng asin at paminta. Alisin sa equation.

Ang mga patatas:

e) Banayad na timplahan ang patatas na may asin at itim na paminta.

f) Iprito ang mga patatas sa 1 tasa (8 fl. oz.) na langis ng oliba sa isang malaking kawali hanggang sa maging ginintuang kayumanggi at maluto, paminsan-minsang ihahagis.
g) Patuyuin ang mga patatas sa mga tuwalya ng papel, tikman ang mga ito, at timplahan ng dagdag na asin kung kinakailangan.
h) Upang panatilihing malutong ang patatas, pagsamahin ang mga ito sa sarsa bago ihain.
i) Ihain nang mainit, pinalamutian ng tinadtad na perehil.

14. Scallop at Prosciutto Bites

Servings: 8

Mga sangkap:

- $\frac{1}{2}$ tasa ng pinong hiniwang prosciutto
- 3 kutsarang cream cheese
- 1 lb. scallops
- 3 kutsarang langis ng oliba
- 3 tinadtad na sibuyas ng bawang
- 3 kutsarang Parmesan cheese
- Asin at paminta sa panlasa - mag-ingat, dahil ang prosciutto ay magiging maalat

Mga direksyon:

a) Maglagay ng maliit na patong ng cream cheese sa bawat hiwa ng prosciutto.

b) Susunod, balutin ang isang slice ng prosciutto sa paligid ng bawat scallop at i-secure gamit ang isang toothpick.

c) Sa isang kawali, init ang langis ng oliba.

d) Magluto ng bawang sa loob ng 2 minuto sa isang kawali.

e) Idagdag ang mga scallop na nakabalot sa foil at lutuin ng 2 minuto sa bawat panig.

f) Ikalat ang Parmesan cheese sa ibabaw.

g) Magdagdag ng asin at paminta sa panlasa kung ninanais.

h) Pigain ang labis na likido gamit ang isang tuwalya ng papel.

15. Mga talong na may pulot

Servings: 2

Mga sangkap:

- 3 Kutsarang Honey
- 3 talong
- 2 tasang Gatas
- 1 kutsarang asin
- 1 kutsarang paminta
- 100 g ng harina
- 4 na kutsarang langis ng oliba

Mga direksyon:

a) Hiwa-hiwain ng manipis ang talong.

b) Sa isang mixing dish, pagsamahin ang mga eggplants. Ibuhos ang sapat na gatas sa palanggana upang ganap na masakop ang mga talong. Timplahan ng kaunting asin.

c) Mag-iwan ng hindi bababa sa isang oras upang magbabad.

d) Kunin ang mga talong mula sa gatas at itabi ang mga ito. Gamit ang harina, balutin ang bawat hiwa. Pahiran sa pinaghalong asin-at-paminta.

e) Sa isang kawali, init ang langis ng oliba. I-deep fried ang mga hiwa ng talong sa 180 degrees C.

f) Ilagay ang mga pritong talong sa mga tuwalya ng papel upang masipsip ang labis na mantika.

g) Budburan ng pulot ang mga talong.

h) maglingkod.

16. Sausage na niluto sa cider

Servings: 3

Mga sangkap:

- 2 tasang apple cider
- 8 chorizo sausage
- 1 kutsarang langis ng oliba

Mga direksyon:

a) Gupitin ang chorizo sa manipis na hiwa.

b) Sa isang kawali, painitin ang mantika. Painitin muna ang oven sa medium.

c) Ihagis ang chorizo. Iprito hanggang sa magbago ang kulay ng pagkain.

d) Ibuhos sa cider. Magluto ng 10 minuto, o hanggang sa medyo lumapot ang sauce.

e) Ang tinapay ay dapat ihain kasama ng ulam na ito.

f) Enjoy!!!

17. Italian chicken pastry kagat

Mga Servings: 8 Bundle

sangkap

- 1 lata Crescent Rolls (8 rolls)
- 1 tasang tinadtad, nilutong manok
- 1 kutsarang spaghetti sauce
- $\frac{1}{2}$ kutsarita ng tinadtad na bawang
- 1 kutsarang Mozzarella cheese

Mga direksyon:

a) Painitin muna ang oven sa 350 degrees Fahrenheit. Pagsamahin ang manok, sarsa, at bawang sa isang kawali at lutuin hanggang uminit.

b) Mga tatsulok na ginawa mula sa magkahiwalay na crescent roll. Ipamahagi ang pinaghalong manok sa gitna ng bawat tatsulok.

c) Kung ninanais, ipamahagi ang keso sa katulad na paraan.

d) Pagsamahin ang mga gilid ng roll at balutin ang manok.

e) Sa isang baking stone, maghurno ng 15 minuto, o hanggang sa ginintuang.

18. Spanish beef kebab

Servings: 4 servings

sangkap

- $\frac{1}{2}$ tasa ng orange juice
- $\frac{1}{4}$ tasa ng tomato juice
- 2 kutsarita ng langis ng oliba
- $1\frac{1}{2}$ kutsarita Lemon juice
- 1 kutsarita ng Oregano, tuyo
- $\frac{1}{2}$ kutsarita ng Paprika
- $\frac{1}{2}$ kutsarita Cumin, lupa
- $\frac{1}{4}$ kutsarita ng Asin
- $\frac{1}{4}$ kutsarita Pepper, itim
- 10 ounces walang buto na walang taba na karne ng baka; gupitin sa 2" cubes
- 1 medium na pulang sibuyas; gupitin sa 8 wedges
- 8 bawat Cherry tomatoes

Mga direksyon:

a) Upang gawin ang marinade, pagsamahin ang orange at tomato juice, langis, lemon juice, oregano, paprika, cumin, asin, at paminta sa isang gallon-size na sealable na plastic bag.
b) Idagdag ang mga cube ng karne; i-seal ang bag, pinindot ang hangin; paikutin para mabalot ang karne ng baka.
c) Palamigin nang hindi bababa sa 2 oras o magdamag, ihagis ang bag sa paminsan-minsan. Gamit ang non-stick cooking spray, balutin ang grill rack.
d) Ilagay ang grill rack na 5 pulgada ang layo mula sa mga uling. Sundin ang mga tagubilin ng tagagawa para sa pag-ihaw.
e) Alisan ng tubig ang steak at itabi ang marinade.
f) Gamit ang 4 na metal o babad na kawayan na skewer, itali ang pantay na dami ng karne ng baka, sibuyas, at kamatis.
g) Mag-ihaw ng mga kebab sa loob ng 15-20 minuto, o hanggang maluto ayon sa gusto mo, madalas na umiikot at nagsisipilyo ng nakareserbang marinade.

19. Malutong na Italian popcorn mix

Servings: 10 Servings

sangkap

- 10 tasa Popcorn popcorn; 3.5 oz., microwave bag ang halagang ito
- 3 tasang hugis-bugle na meryenda ng mais
- $\frac{1}{4}$ tasa Margarine o mantikilya
- 1 kutsarita Italian seasoning
- $\frac{1}{2}$ kutsarita Bawang pulbos
- ⅓tasa ng Parmesan cheese

Mga direksyon:

a) Sa isang malaking microwaveable bowl, pagsamahin ang popcorn at corn snack. Sa isang 1 tasa na micro-safe na sukat, pagsamahin ang mga natitirang Sangkap, maliban sa keso.

b) Microwave ng 1 minuto sa HIGH, o hanggang matunaw ang margarine; gumalaw. Ibuhos ang pinaghalong popcorn sa itaas.

c) Ihagis hanggang ang lahat ay pantay na pinahiran. Microwave, walang takip, sa loob ng 2-4 minuto, hanggang sa mag-ihaw, hinahalo bawat minuto. Ang keso ng Parmesan ay dapat iwiwisik sa itaas.

d) Ihain nang mainit.

20. Mga bola ng Arancini

Gumagawa ng 18

Mga sangkap

- 2 kutsarang langis ng oliba
- 15g unsalted butter
- 1 sibuyas, pinong tinadtad
- 1 malaking sibuyas ng bawang, durog
- 350g risotto rice
- 150ml dry white wine
- 1.2l mainit na stock ng manok o gulay
- 150g parmesan, pinong gadgad
- 1 lemon, pino ang zested
- 150g ball mozzarella, tinadtad sa 18 maliliit na piraso
- langis ng gulay, para sa deep-frying

Para sa patong

- 150g plain na harina
- 3 malalaking itlog, bahagyang pinalo
- 150g pinong pinatuyong breadcrumb

Mga direksyon:

a) Sa isang kasirola, init ang mantika at mantikilya hanggang mabula. Idagdag ang sibuyas at isang pakurot ng asin at lutuin ng 15 minuto, o hanggang lumambot at translucent, sa mahinang apoy.

b) Magluto ng isa pang minuto pagkatapos idagdag ang bawang.

c) Idagdag ang kanin at kumulo ng isa pang minuto bago idagdag ang alak. Dalhin ang likido sa isang pigsa at lutuin hanggang sa ito ay nabawasan ng kalahati.

d) Ibuhos ang kalahati ng stock at ipagpatuloy ang paghahalo hanggang sa masipsip ang karamihan sa likido.

e) Habang sinisipsip ng bigas ang likido, idagdag ang natitirang stock ng isang sandok sa isang pagkakataon, patuloy na pagpapakilos, hanggang sa maluto ang bigas.
f) Idagdag ang parmesan at lemon zest at timplahan ng asin at paminta ayon sa panlasa. Ilagay ang risotto sa isang lipped tray at itabi upang palamig sa temperatura ng kuwarto.
g) Hatiin ang pinalamig na risotto sa 18 pantay na bahagi, bawat isa ay halos kasing laki ng bola ng golf.
h) Sa iyong palad, patagin ang isang risotto ball at maglagay ng isang piraso ng mozzarella sa gitna, pagkatapos ay balutin ang keso sa kanin at gawin itong bola.
i) Ipagpatuloy ang natitirang mga risotto ball sa parehong paraan.
j) Sa tatlong mababaw na pinggan, pagsamahin ang harina, itlog, at breadcrumb. Ang bawat risotto ball ay dapat unahin ang floured, pagkatapos ay isawsaw sa mga itlog, at sa wakas ay breadcrumbs. Ilagay sa plato at itabi.
k) Punan ang isang malaki at mabigat na ilalim na kasirola sa kalahati ng langis ng gulay at painitin sa katamtamang mababang init hanggang sa 170°C ang thermometer sa pagluluto o maging golden brown ang isang piraso ng tinapay sa loob ng 45 segundo.
l) Sa mga batch, ibaba ang mga bola ng risotto sa mantika at iprito sa loob ng 8-10 minuto, o hanggang sa ginintuang kayumanggi at matunaw sa gitna.
m) Ilagay sa tray na nilagyan ng malinis na kitchen towel at itabi.
n) Ihain ang arancini nang mainit o may simpleng tomato sauce para isawsaw ang mga ito.

21. Manchego na may Orange Preserve

Mga sangkap

Gumagawa ng mga 4 na tasa

- 1 ulo ng bawang
- 1 1/2 tasa ng langis ng oliba, at higit pa para sa pag-ambon
- Kosher na asin
- 1 Seville o pusod orange
- 1/4 tasa ng asukal
- 1 pound batang Manchego cheese, gupitin sa 3/4-pulgada na piraso
- 1 kutsarang pinong tinadtad na rosemary
- 1 kutsarang pinong tinadtad na thyme
- Inihaw na baguette

Mga direksyon:

a) Painitin muna ang oven sa 350 degrees Fahrenheit. isang quarter ng isang pulgada "Alisin ang tuktok ng bombilya ng bawang at ilagay ito sa isang piraso ng foil. Timplahan ng asin at lagyan ng mantika.

b) Balutin nang maayos sa foil at maghurno ng 35-40 minuto, o hanggang ang balat ay maging ginintuang kayumanggi at malambot ang mga clove. Hayaang lumamig. I-squeeze ang mga clove sa isang malaking mixing basin.

c) Sa parehong oras, gupitin ang 1/4 "Alisin ang tuktok at ibaba ng orange at i-quarter ito nang pahaba. Alisin ang laman mula sa bawat ikaapat na bahagi ng alisan ng balat sa isang piraso, hindi kasama ang puting pith (i-save ang mga balat).

d) Itabi ang katas na piniga mula sa karne sa isang maliit na palanggana.

e) Gupitin ang balat sa quarter-inch na piraso at ilagay sa isang maliit na kasirola na may sapat na malamig na tubig upang takpan ng isang pulgada. Pakuluan, pagkatapos ay alisan ng tubig; gawin ito ng dalawang beses pa para mawala ang pait.

f) Sa isang kasirola, pagsamahin ang orange peels, asukal, nakareserbang orange juice, at 1/2 tasa ng tubig.

g) Dalhin sa isang pigsa; bawasan ang init sa mababang at kumulo, regular na pagpapakilos, sa loob ng 20-30 minuto, o hanggang ang mga balat ay malambot at ang likido ay nagiging syrupy. Hayaang lumamig ang orange preserves.

h) Pagsamahin ang orange preserves, Manchego, rosemary, thyme, at ang natitirang 1 1/2 cups oil sa bowl na may bawang. Palamigin nang hindi bababa sa 12 oras pagkatapos takpan.

i) Bago ihain kasama ng toast, dalhin ang adobong Manchego sa temperatura ng silid.

22. Italian Nachos

Servings: 1

Mga sangkap

Alfredo Sauce

- 1 Tasa Kalahati at Kalahati
- 1 Tasang Malakas na Cream
- 2 kutsarang unsalted butter
- 2 cloves bawang tinadtad
- 1/2 tasa ng Parmesan
- Asin at paminta
- 2 kutsarang harina

Nachos

- Ang mga balot ng wonton ay pinutol sa mga tatsulok
- 1 manok na niluto at hinimay
- Ginisang Peppers
- Keso ng Mozzarella
- Mga olibo
- Parsley tinadtad
- Keso ng Parmesan
- Langis para sa pagprito ng mani o canola

Mga direksyon:

a) Idagdag ang unsalted butter sa isang saucepan at matunaw sa medium heat.

b) Haluin ang bawang hanggang matunaw ang lahat ng mantikilya.

c) Idagdag ang harina nang mabilis at patuloy na pukawin hanggang sa ito ay magkadikit at maging ginintuang.

d) Sa isang mangkok ng paghahalo, pagsamahin ang mabigat na cream at kalahati-at-kalahati.

e) Pakuluan, pagkatapos ay bawasan sa mahinang apoy at lutuin ng 8-10 minuto, o hanggang lumapot.

f) Timplahan ng asin at paminta.

g) Mga Wonton: Init ang mantika sa isang malaking kawali sa katamtamang init, halos 1/3 ng pataas.

h) Idagdag ang mga wonton nang paisa-isa at init hanggang sa bahagyang ginintuang ibaba, pagkatapos ay i-flip at lutuin ang kabilang panig.

i) Maglagay ng paper towel sa ibabaw ng drain.

j) Painitin ang oven sa 350°F at lagyan ng parchment paper ang isang baking sheet, na sinusundan ng wontons.

k) Magdagdag ng sarsa ng Alfredo, manok, paminta, at mozzarella cheese sa itaas.

l) Ilagay sa ilalim ng broiler sa iyong oven sa loob ng 5-8 minuto, o hanggang ang keso ay lubusang matunaw.

m) Ilabas sa hurno at lagyan ng olibo, parmesan, at perehil.

23. Chicken Pintxo

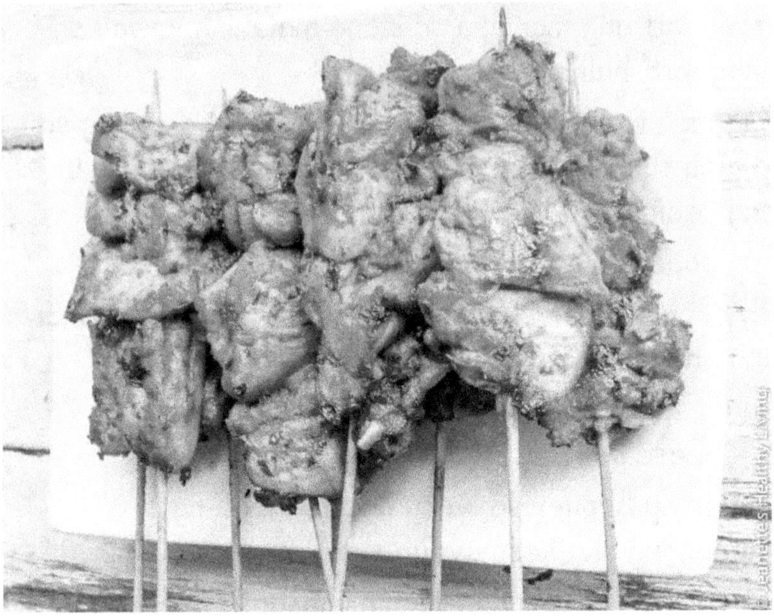

Mga serving 8

Mga sangkap

- 1.8 pounds na walang balat, walang buto na mga hita ng manok na pinutol sa 1" na piraso
- 1 kutsarang Spanish smoked paprika
- 1 kutsarita ng tuyo na oregano
- 2 kutsaritang giniling na kumin
- 3/4 kutsarita ng asin sa dagat
- 3 cloves bawang tinadtad
- 3 kutsarang tinadtad na parsley
- 1/4 tasa ng extra virgin olive oil
- Pulang Chimichurri Sauce

Mga direksyon:

a) Sa isang malaking mixing basin, pagsamahin ang lahat ng Ingredients at ihagis ng maigi para mabalot ang mga piraso ng manok. Hayaang mag-marinate magdamag sa refrigerator.

b) Ibabad ang mga skewer ng kawayan sa loob ng 30 minuto sa tubig. Gamit ang mga skewer, tuhog ng mga piraso ng manok.

c) Mag-ihaw ng 8-10 minuto, o hanggang maluto.

24. Italian Beef Wrappers

MGA PAGLILINGKOD 4

Mga sangkap

- 1 kutsarita ng Olive Oil
- 1/2 tasa Green bell pepper, gupitin sa mga piraso
- 1/2 tasa ng sibuyas, gupitin sa mga piraso
- 1/2 pepperoncini, hiniwa ng manipis
- 1/2 kutsarita ng Italian seasoning
- 8 hiwa ng Deli Italian beef, 1/8" ang kapal
- 8 String Cheese Sticks

Mga direksyon

a) Sa isang medium na kawali, init ang mantika sa katamtamang init. Pagsamahin ang langis ng oliba at ang sumusunod na apat na Sangkap sa isang mangkok ng paghahalo. Magluto ng 3-4 minuto, o hanggang malutong na malambot.

b) Ilagay ang pinaghalong sa isang platter at itabi ng 15 minuto upang lumamig.

c) Paano Ito Pagsama-samahin: Sa isang cutting board, ilagay ang apat na hiwa ng Italian beef flat. Maglagay ng 1 string cheese stick sa gitna ng bawat piraso ng karne, crosswise.

d) Magdagdag ng bahagi ng pinaghalong paminta at sibuyas sa itaas. Tiklupin ang isang gilid ng hiwa ng baka sa pinaghalong keso at gulay, pagkatapos ay balutin, tahiin pababa.

e) Ipunin ang mga roll-up sa isang serving platter.

25. Italian Pepperoni Roll-ups

Servings 35

Mga sangkap

- 5 10" flour tortillas (spinach sun-dried tomato o puting harina)
- 16 ounces cream cheese lumambot
- 2 kutsaritang tinadtad na bawang
- 1/2 tasa ng kulay-gatas
- 1/2 tasa ng Parmesan cheese
- 1/2 tasa Italian shredded cheese o mozzarella cheese
- 2 kutsarita ng Italian seasoning
- 16 ounces pepperoni slices
- 3/4 tasa ng pinong tinadtad na dilaw at orange na paminta
- 1/2 tasa ng pinong tinadtad na sariwang mushroom

Mga direksyon:

a) Sa isang mixing basin, talunin ang cream cheese hanggang makinis. Pagsamahin ang bawang, sour cream, keso, at Italian seasoning sa isang mixing bowl. Haluin hanggang ang lahat ay maayos na pinaghalo.

b) Ikalat ang pinaghalong pantay-pantay sa 5 tortilla ng harina. Takpan ang buong tortilla ng pinaghalong keso.

c) Maglagay ng pepperoni layer sa ibabaw ng cheese mixture.

d) I-overlap ang pepperoni sa mga magaspang na hiniwang sili at mushroom.

e) Pagulungin nang mahigpit ang bawat tortilla at balutin ito ng plastic wrap.

f) Itabi nang hindi bababa sa 2 oras sa refrigerator.

26. Italian Spanish Rice

Servings: 6

Mga sangkap:

- 1- 28 onsa lata ng Italian diced o durog na mga kamatis
- 3 tasa ng anumang uri ng steamed long grain na puting bigas na niluto sa pakete
- 3 kutsarang canola o vegetable oil
- 1 hiniwa at nilinis na kampanilya
- 2 cloves ng sariwang bawang tinadtad
- 1/2 tasa ng red wine o gulay o sabaw
- 2 kutsarang tinadtad na sariwang perehil
- 1/2 kutsarita tuyo oregano at tuyo basil
- asin, paminta, cayenne sa panlasa
- Palamuti: Grated Parmesan at Romano blended cheese
- Gayundin, maaari kang magdagdag ng anumang mga natirang niluto na walang buto: cubed steak, cubed pork chops, cubed chicken o subukang gumamit ng mga durog na bola-bola o hiniwang Italian cooked sausage.
- Opsyonal na mga gulay: cubed zucchini, hiniwang mushroom, shaved carrots, peas o anumang iba pang uri ng gulay na gusto mo.

Mga direksyon:

a) Magdagdag ng langis ng oliba, paminta, at bawang sa isang malaking kawali at lutuin ng 1 minuto.

b) Idagdag ang diced o durog na kamatis, alak, at ang natitirang Sangkap sa kawali.

c) Pakuluan ng 35 minuto, o mas matagal pa kung nagdadagdag ka ng mas maraming gulay.

d) Kung gagamitin, magdagdag ng anumang inihandang karne at initin ito sa sarsa ng humigit-kumulang 5 minuto bago itupi sa nilutong puting bigas.

e) Gayundin, kung gagamitin, ang karne ay luto na at kailangan lamang na i-warm up sa sarsa.

f) Upang ihain, sandok ang sarsa sa isang platter na may pinaghalong kanin at itaas na may ginutay-gutay na keso at sariwang perehil.

27. Italian Twist Paella

Nagsisilbi: 4

Mga sangkap

- 2 paa ng manok, balat, kayumanggi
- 2 hita ng manok, balat, kayumanggi
- 3 malalaking piraso ng Italian sausage links, pina-brown at hiwain sa 1 pulgadang piraso
- 1 pula at dilaw na paminta, gupitin sa mga piraso at paunang inihaw
- 1 bungkos ng baby broccolini, pre-boiled
- $1\frac{1}{2}$ tasa ng bigas, isang maikling butil tulad ng carnaroli o arborio
- 4 tasa ng sabaw ng manok, pinainit
- 1 tasang inihaw na red pepper puree
- $\frac{1}{4}$ tasa ng tuyong puting alak
- 1 katamtamang sibuyas, malaking diced
- 4 na malalaking clove ng bawang, ahit
- grated parmesan o romano cheese
- langis ng oliba

Mga direksyon:

a) Magsimula sa pamamagitan ng pag-browning ng iyong mga piraso ng manok sa isang paella pan, pagkuha ng isang magandang crust sa magkabilang panig at halos maluto ngunit hindi lubos, pagkatapos ay itabi.

b) Punasan ang anumang labis na langis mula sa kawali, pagkatapos ay punasan ang anumang labis na langis mula sa mga link ng sausage.

c) Sa isang malaking kawali, ibuhos ang langis ng oliba, pagkatapos ay idagdag ang iyong ahit na bawang at sibuyas, at igisa hanggang malambot at ginintuang.

d) Idagdag ang alak at hayaang kumulo ng isang minuto.

e) Pagsamahin ang lahat ng kanin sa kalahati ng iyong red pepper puree, o kaunti pa. Ihagis hanggang pantay na sakop, pagkatapos ay pindutin ang pinaghalong bigas sa ilalim ng kawali.
f) Magdagdag ng ilang gadgad na keso, asin, at paminta sa bigas.
g) Ayusin ang mga piraso ng sausage, kasama ang mga piraso ng manok, sa paligid ng kawali.
h) Ayusin ang natitirang mga gulay sa paligid ng karne sa isang malikhaing paraan.
i) Sandok ang lahat ng 4 na tasa ng mainit na sabaw sa itaas nang may pag-iingat.
j) Gamit ang isang pastry brush, lagyan ng extra red pepper puree sa ibabaw ng manok para sa mas lasa, lagyan ng tuldok nang kaunti pa sa paligid kung gusto.
k) Magluto sa mababang init, maluwag na natatakpan ng foil, hanggang ang kahalumigmigan ay sumingaw.
l) Painitin muna ang oven sa 375°F at ihurno ang natatakpan na kawali sa loob ng 15-20 minuto upang matiyak na luto na ang karne.
m) Ipagpatuloy ang pagluluto sa ibabaw ng kalan hanggang sa lumambot ang kanin.
n) Ang buong oras ay dapat na humigit-kumulang 45 minuto.
o) Itabi ito ng ilang minuto para lumamig.
p) Palamutihan ng sariwang basil at perehil, tinadtad.

28. Spanish potato salad

Nagsisilbi: 4

Mga sangkap:

- 3 medium (16 oz.) na patatas
- 1 malaking (3 oz.) karot, diced
- 5 tablespoons shelled green peas
- 2/3 tasa (4 oz.) berdeng beans
- 1/2 medium na sibuyas, tinadtad
- 1 maliit na pulang kampanilya paminta, tinadtad
- 4 cocktail gherkins, hiniwa
- 2 kutsarang baby capers
- 12 olibo na pinalamanan ng bagoong
- 1matigas na itlog, hiniwang manipis 2/3 tasa (5 fl. oz.) mayonesa
- 1 kutsarang lemon juice
- 1 kutsaritang Dijon mustard
- Ang sariwang giniling na itim na paminta, sa panlasa Tinadtad na sariwang perehil, upang palamutihan

Mga direksyon:

a) Lutuin ang mga patatas at karot sa bahagyang inasnan na tubig sa isang kasirola. Pakuluan, pagkatapos ay bawasan sa mahinang apoy at lutuin hanggang halos lumambot.

b) Idagdag ang mga gisantes at beans at kumulo, pagpapakilos paminsan-minsan, hanggang ang lahat ng mga gulay ay malambot. Alisan ng tubig ang mga gulay at ilagay ito sa isang plato upang ihain.

c) Sa isang malaking mixing bowl, pagsamahin ang sibuyas, paminta, gherkins, baby capers, anchovy-stuffed olives, at mga piraso ng itlog.

d) Pagsamahin ang mayonesa, lemon juice, at mustasa sa isang hiwalay na mangkok nang lubusan. Ibuhos ang halo na ito sa serving platter at haluing mabuti para mabalot ang lahat ng Sangkap. Ihagis na may isang pakurot ng asin at paminta.

e) Palamigin pagkatapos palamutihan ng tinadtad na perehil.

f) Upang mapahusay ang lasa ng salad, hayaan itong umupo sa temperatura ng silid nang humigit-kumulang 1 oras bago ihain.

29. Espanyol Carbonara

Serves: 2-3

Mga sangkap

- 1 maliit na chorizo diced
- 1 sibuyas na bawang pinong tinadtad
- 1 maliit na kamatis na diced
- 1 lata garbanzos
- dry seasonings: asin, Chile flakes, oregano, fennel seed, star anise
- pimenton (paprika) para sa mga itlog
- extra virgin olive oil
- 2 itlog
- 4-6 oz. pasta
- magandang kalidad ng Italian cheese

Mga direksyon:

a) Sa isang maliit na halaga ng langis ng oliba, igisa ang bawang, kamatis, at chorizo sa loob ng ilang minuto, pagkatapos ay magdagdag ng beans at likido at tuyo na mga panimpla. Pakuluan, pagkatapos ay bawasan ang init hanggang sa bumaba ang likido ng kalahati.

b) Samantala, pakuluan ang tubig ng pasta at ihanda ang mga itlog para dumulas sa kawali na may garbanzos at sa preheated oven. Para madagdagan ang lasa ng Espanyol, winisikan ko sila ng inihandang spice mix at pimenton.

c) Ngayon ang perpektong sandali upang idagdag ang pasta sa kaldero habang ang kawali ay nasa oven at ang tubig ay kumukulo. Pareho silang dapat maging handa sa parehong sandali.

30. Mga bola-bola sa sarsa ng kamatis

Nagsisilbi: 4

Mga sangkap:

- 2 kutsarang langis ng oliba
- 8 oz. giniling na baka
- 1 tasa (2 oz.) sariwang puting breadcrumb
- 2 kutsarang gadgad na Manchego o Parmesan cheese
- 1 kutsarang tomato paste
- 3 cloves ng bawang, tinadtad ng pinong
- 2 scallions, tinadtad ng pinong
- 2 kutsaritang tinadtad na sariwang thyme
- 1/2 kutsarita ng turmerik
- Asin at paminta para lumasa
- 2 tasa (16 oz.) de-latang plum tomato, tinadtad
- 2 kutsarang red wine
- 2 kutsarita tinadtad na sariwang dahon ng basil
- 2 kutsarita tinadtad na sariwang rosemary

Mga direksyon:

a) Pagsamahin ang karne ng baka, breadcrumbs, keso, tomato paste, bawang, scallion, itlog, thyme, turmeric, asin, at paminta sa isang mixing bowl.

b) Bumuo ng timpla sa 12 hanggang 15 firm na bola gamit ang iyong mga kamay.

c) Sa isang kawali, init ang langis ng oliba sa medium-high heat. Magluto ng ilang minuto, o hanggang ang mga bola-bola ay maging kayumanggi sa lahat ng panig.

d) Sa isang malaking mangkok ng paghahalo, pagsamahin ang mga kamatis, alak, basil, at rosemary. Magluto, paminsan-minsang pagpapakilos, para sa mga 20 minuto, o hanggang sa maluto ang mga bola-bola.

e) Sagana ang asin at paminta, pagkatapos ay ihain kasama ng blanched rapini, spaghetti, o tinapay.

31. White Bean Soup

Servings: 4

Mga sangkap:

- 1 tinadtad na sibuyas
- 2 kutsarang langis ng oliba
- 2 tinadtad na tangkay ng kintsay
- 3 tinadtad na sibuyas ng bawang
- 4 na tasa ng de-latang cannellini beans
- 4 tasang sabaw ng manok
- Asin at paminta para lumasa
- 1 kutsarita sariwang rosemary
- 1 tasa ng broccoli florets
- 1 kutsarang truffle oil
- 3 kutsarang gadgad na parmesan cheese

Mga direksyon:

a) Sa isang malaking kawali, painitin ang mantika.

b) Magluto ng kintsay at sibuyas ng mga 5 minuto sa isang kawali.

c) Idagdag ang bawang at ihalo upang pagsamahin. Magluto ng isa pang 30 segundo.

d) Ihagis ang beans, 2 tasang sabaw ng manok, rosemary, asin, at paminta, pati na rin ang broccoli.

e) Pakuluan ang likido at pagkatapos ay bawasan sa mababang init sa loob ng 20 minuto.

f) Haluin ang sopas gamit ang iyong hand blender hanggang sa maabot nito ang nais na kinis.

g) Bawasan ang init sa mababang at iwiwisik ang truffle oil.

h) Ilagay ang sopas sa mga pinggan at budburan ng Parmesan cheese bago ihain.

32. Chowder ng Isda

Servings: 8

Mga sangkap:

- 32 oz. maaaring diced na kamatis
- 2 kutsarang langis ng oliba
- $\frac{1}{4}$ tasa tinadtad na kintsay
- $\frac{1}{2}$ tasang stock ng isda
- $\frac{1}{2}$ tasang puting alak
- 1 tasang maanghang na V8 juice
- 1 tinadtad na berdeng paminta
- 1 tinadtad na sibuyas
- 4 na tinadtad na sibuyas ng bawang
- Asin ang paminta sa panlasa
- 1 kutsarita ng Italian seasoning
- 2 binalatan at hiniwang karot
- 2 $\frac{1}{2}$ lb. cut-up na tilapia
- $\frac{1}{2}$ lb. binalatan at deveined na hipon

Mga direksyon:

a) Sa iyong malaking palayok, painitin muna ang langis ng oliba.
b) Lutuin ang kampanilya, sibuyas, at kintsay sa loob ng 5 minuto sa isang mainit na kawali.
c) Pagkatapos nito, idagdag ang bawang. Magluto ng 1 minuto pagkatapos nito.
d) Sa isang malaking mixing bowl, pagsamahin ang lahat ng natitirang Ingredients maliban sa seafood.
e) Lutuin ang nilagang sa loob ng 40 minuto sa mababang init.
f) Idagdag ang tilapia at hipon at haluin upang pagsamahin.
g) Pakuluan ng karagdagang 5 minuto.
h) Tikman at ayusin ang pampalasa bago ihain.

33. Orange-lemon Spanish cream

Servings: 1 Servings

sangkap

- $4\frac{1}{2}$ kutsarita Plain gelatine
- $\frac{1}{2}$ tasa ng orange juice
- $\frac{1}{4}$ tasa ng lemon juice
- 2 tasang Gatas
- 3 Itlog, pinaghiwalay
- $\frac{2}{3}$tasa ng Asukal
- Kurot ng asin
- 1 kutsarang Grated orange na balat

Mga direksyon:

a) Paghaluin ang gelatine, orange juice, at lemon juice at itabi sa loob ng 5 minuto.

b) Pakuluan ang gatas at ihalo ang mga yolks, asukal, asin, at balat ng orange.

c) Magluto sa isang double boiler hanggang sa masakop nito ang likod ng isang kutsara (sa sobrang init, hindi tubig na kumukulo).

d) Pagkatapos nito, idagdag ang gelatine mixture. Malamig.

e) Magdagdag ng stiffly beaten egg whites sa mixture.

f) Palamigin hanggang itakda.

34. Lasing na melon

Servings: 4 hanggang 6 servings

sangkap

- Para sa ulam Isang seleksyon ng 3 hanggang 6 na iba't ibang Spanish cheese
- 1 bote port ng alak
- 1 melon, inalis ang tuktok at inalis ang binhi

Mga direksyon:

a) Isa hanggang tatlong araw bago ang hapunan, ibuhos ang port sa melon.

b) Palamigin sa refrigerator, natatakpan ng plastic wrap at pinalitan ang tuktok.

c) Alisin ang melon sa refrigerator at alisin ang balot at ibabaw kapag handa nang ihain.

d) Alisin ang port mula sa melon at ilagay ito sa isang mangkok.

e) Gupitin ang melon pagkatapos alisin ang balat. Ilagay ang mga piraso sa apat na magkakahiwalay na pinalamig na pinggan.

f) Ihain sa isang side dish na may mga keso.

35. Almond sorbet

Servings: 1 servings

sangkap

- 1 tasa Blanched almonds; toasted
- 2 tasang Spring water
- $\frac{3}{4}$ tasa ng Asukal
- 1 kurot na kanela
- 6 na kutsarang Light corn syrup
- 2 kutsarang Amaretto
- 1 kutsarita ng lemon zest

Mga direksyon:

a) Sa isang food processor, gilingin ang mga almendras sa isang pulbos. Sa isang malaking kasirola, pagsamahin ang tubig, asukal, corn syrup, alak, zest, at cinnamon, pagkatapos ay idagdag ang mga giniling na mani.

b) Sa katamtamang init, patuloy na haluin hanggang sa matunaw ang asukal at kumulo ang pinaghalong. 2 minuto sa isang pigsa

c) Itabi upang lumamig Gamit ang isang ice cream maker, ihalo ang timpla hanggang sa ito ay semi-frozen.

d) Kung wala kang gumagawa ng ice cream, ilipat ang pinaghalong sa isang mangkok na hindi kinakalawang na asero at i-freeze hanggang matigas, hinahalo tuwing 2 oras.

36. Spanish apple torte

Servings: 8 Servings

sangkap

- $\frac{1}{4}$ pounds Mantikilya
- $\frac{1}{2}$ tasang Asukal
- 1 pula ng itlog
- $1\frac{1}{2}$ tasa ng sifted na harina
- 1 gitling Asin
- $\frac{1}{8}$ kutsarita Baking powder
- 1 tasang Gatas
- $\frac{1}{2}$ balat ng lemon
- 3 Mga pula ng itlog
- $\frac{1}{4}$ tasa ng Asukal
- $\frac{1}{4}$ tasa ng harina
- $1\frac{1}{2}$ kutsarang Mantikilya
- $\frac{1}{4}$ tasa ng Asukal
- 1 kutsarang Lemon juice
- $\frac{1}{2}$ kutsarita ng kanela
- 4 mansanas, binalatan at hiniwa
- Mansanas; aprikot, o anumang jelly na pinili

Mga direksyon:

a) Painitin muna ang oven sa 350°F. Pagsamahin ang asukal at mantikilya sa isang mangkok ng paghahalo. Paghaluin ang natitirang sangkap hanggang sa mabuo ang bola.

b) Igulong ang kuwarta sa isang spring-form na pan o isang pie tin. Panatilihin sa refrigerator hanggang handa nang gamitin.

c) Pagsamahin ang lemon juice, cinnamon, at asukal sa isang mixing bowl. Ihagis kasama ang mga mansanas at ihagis sa amerikana. Ito ay isang bagay na maaaring gawin nang maaga.

d) Idagdag ang balat ng lemon sa gatas. Pakuluan ang gatas, pagkatapos ay bawasan sa mababang init sa loob ng 10 minuto. Samantala, sa isang mabigat na kawali, haluin ang mga pula ng itlog at asukal.

e) Kapag handa na ang gatas, dahan-dahang ibuhos ito sa yolk mixture habang patuloy na hinahalo sa mahinang apoy. Dahan-dahang ihalo ang harina habang hinahalo sa mahinang apoy.

f) Ipagpatuloy ang paghahalo ng halo hanggang sa ito ay makinis at makapal. Alisin ang kawali mula sa init. Dahan-dahang ihalo ang mantikilya hanggang matunaw.

g) Punan ang crust ng custard. Upang makagawa ng isa o dobleng layer, ilagay ang mga mansanas sa itaas. Ilagay ang torte sa isang 350°F na hurno sa loob ng humigit-kumulang 1 oras pagkatapos itong makumpleto.

h) Alisin at itabi para lumamig. Kapag ang mga mansanas ay sapat na upang mahawakan, painitin ang halaya na iyong pinili at ibuhos ito sa itaas.

i) Itabi ang halaya upang palamig. maglingkod.

37. Caramel custard

Servings: 1 Servings

sangkap

- $\frac{1}{2}$ tasa Granulated sugar
- 1 kutsarita ng Tubig
- 4 na pula ng itlog o 3 buong itlog
- 2 tasang Gatas, pinaso
- $\frac{1}{2}$ kutsarita vanilla extract

Mga direksyon:

a) Sa isang malaking kawali, pagsamahin ang 6 na kutsarang asukal at 1 tasa ng tubig. Painitin sa mahinang apoy, nanginginig o umiikot paminsan-minsan gamit ang isang kahoy na kutsara upang maiwasang masunog, hanggang sa maging ginintuang ang asukal.

b) Ibuhos ang caramel syrup sa isang mababaw na baking dish (8x8 pulgada) o pie plate sa lalong madaling panahon. Hayaang lumamig hanggang matigas.

c) Painitin muna ang oven sa 325 degrees Fahrenheit.

d) Talunin ang mga pula ng itlog o ang buong itlog nang sama-sama. Paghaluin ang gatas, vanilla extract, at ang natitirang asukal hanggang sa ganap na pinagsama.

e) Ibuhos ang pinalamig na karamelo sa itaas.

f) Ilagay ang baking dish sa isang mainit na paliguan ng tubig. Maghurno sa loob ng 1-112 oras, o hanggang maitakda ang gitna. Astig, cool, cool.

g) Upang maghatid, baligtarin sa isang serving plate nang may pag-iingat.

38. Spanish cheesecake

Servings: 10 servings

sangkap

- 1 libra Cream na Keso
- $1\frac{1}{2}$ tasa ng Asukal; Butil-butil
- 2 itlog
- $\frac{1}{2}$ kutsarita ng kanela; Lupa
- 1 kutsarita ng Lemon Rind; gadgad
- $\frac{1}{4}$ tasa ng Unbleached Flour
- $\frac{1}{2}$ kutsarita ng Asin
- 1 x Asukal ng mga Confectioner
- 3 kutsarang Mantikilya

Mga direksyon:

a) Painitin ang hurno sa 400 degrees Fahrenheit. Pagsamahin ang keso, 1 kutsarang mantikilya, at asukal sa isang malaking palanggana ng paghahalo. Huwag mag-thrash.

b) Idagdag ang mga itlog nang paisa-isa, matalo nang lubusan pagkatapos ng bawat karagdagan.

c) Pagsamahin ang cinnamon, lemon rind, harina, at asin. Mantikilya ang kawali gamit ang natitirang 2 kutsara ng mantikilya, ipakalat ito nang pantay-pantay gamit ang iyong mga daliri.

d) Ibuhos ang batter sa inihandang kawali at maghurno sa 400 degrees sa loob ng 12 minuto, pagkatapos ay bumaba sa 350 degrees at maghurno para sa isa pang 25 hanggang 30 minuto. Ang kutsilyo ay dapat na walang anumang nalalabi.

e) Kapag ang cake ay lumamig sa temperatura ng silid, lagyan ng alikabok ito ng asukal ng mga confectioner.

39. Spanish fried custard

Servings: 8 servings

sangkap

- 1 cinnamon stick
- Balatan ng 1 lemon
- 3 tasang Gatas
- 1 tasang Asukal
- 2 kutsarang Cornstarch
- 2 kutsarita ng kanela
- harina; para sa dredging
- Paghuhugas ng itlog
- Langis ng oliba; para sa pagprito

Mga direksyon:

a) Pagsamahin ang cinnamon stick, balat ng lemon, 34 tasa ng asukal, at 212 tasa ng gatas sa isang palayok sa katamtamang init.

b) Pakuluan, pagkatapos ay bawasan sa mahinang apoy at lutuin ng 30 minuto. Alisin ang balat ng lemon at cinnamon stick. Pagsamahin ang natitirang gatas at gawgaw sa isang maliit na palanggana ng paghahalo.

c) Paikutin ng maigi. Sa isang mabagal, tuluy-tuloy na pag-agos, pukawin ang pinaghalong cornstarch sa pinainit na gatas. Pakuluan, pagkatapos ay bawasan sa mahinang apoy at lutuin ng 8 minuto, madalas na paghahalo. Alisin sa apoy at ibuhos sa isang 8-pulgadang baking dish na nilagyan ng mantikilya.

d) Hayaang lumamig nang lubusan. Takpan at palamig hanggang ganap na lumamig. Gumawa ng 2-pulgadang tatsulok mula sa custard.

e) Pagsamahin ang natitirang 14 na tasa ng asukal at ang kanela sa isang mangkok ng paghahalo. Haluing mabuti. I-dredge ang mga tatsulok sa harina hanggang sa ganap na matakpan.
f) Isawsaw ang bawat tatsulok sa egg wash at ibuhos ang anumang sobra. Ibalik ang mga custard sa harina at balutin nang lubusan.
g) Init ang mantika sa isang malaking kawali sa katamtamang init. Ilagay ang mga tatsulok sa mainit na mantika at iprito ng 3 minuto, o hanggang kayumanggi sa magkabilang panig.
h) Alisin ang manok mula sa kawali at alisan ng tubig sa mga tuwalya ng papel. Ihagis ang pinaghalong cinnamon sugar at timplahan ng asin at paminta.
i) Ipagpatuloy ang natitirang mga tatsulok sa parehong paraan.

40. Italian artichoke pie

Servings: 8 Servings

sangkap

- 3 Itlog; Binugbog
- 1 3 Oz Package Cream Cheese na may Chives; Lumambot
- $\frac{3}{4}$ kutsarita ng Bawang Powder
- $\frac{1}{4}$ kutsarita ng Paminta
- 1$\frac{1}{2}$ tasa ng Mozzarella Cheese, Part Skim Milk; Pinutol
- 1 tasang Ricotta Cheese
- $\frac{1}{2}$ tasa ng mayonesa
- 1 14 Oz Can Artichoke Hearts; Natuyo
- $\frac{1}{2}$ 15 Oz Can Garbanzo Beans, Canned; Binanlawan at Natuyo
- 1 2 1/4 Oz Can Sliced Olives; Natuyo
- 1 2 Oz Jar Pimientos; Diced at Drained
- 2 kutsarang perehil; Na-snipped
- 1 Pie Crust (9 Pulgada); Hindi naluto
- 2 maliit na kamatis; hiniwa

Mga direksyon:

a) Pagsamahin ang mga itlog, cream cheese, pulbos ng bawang, at paminta sa isang malaking palanggana. Pagsamahin ang 1 tasang mozzarella cheese, ricotta cheese, at mayonesa sa isang mixing bowl.

b) Haluin hanggang sa maayos ang lahat.

c) Gupitin ang 2 artichoke heart sa kalahati at itabi. Putulin ang natitirang bahagi ng mga puso.

d) Ihagis ang pinaghalong keso na may tinadtad na puso, garbanzo beans, olives, pimientos, at perehil. Punan ang pastry shell ng pinaghalong.

e) Maghurno ng 30 minuto sa 350 degrees. Ang natitirang mozzarella cheese at Parmesan cheese ay dapat iwiwisik sa ibabaw.

f) Maghurno para sa isa pang 15 minuto o hanggang sa set.

g) Iwanan upang magpahinga ng 10 minuto.

h) Sa itaas, ayusin ang mga hiwa ng kamatis at mga pusong artichoke sa apat na bahagi.

i) maglingkod

41. Italian baked peach

Servings: 1 Servings

sangkap

- 6 hinog na mga milokoton
- ⅓tasa ng Asukal
- 1 tasang giniling na almendras
- 1 pula ng itlog
- $\frac{1}{2}$ kutsarita ng almond extract
- 4 na kutsarang Mantikilya
- $\frac{1}{4}$ tasa hiniwang almendras
- Malakas na cream, opsyonal

Mga direksyon:

a) Painitin muna ang oven sa 350 degrees Fahrenheit. Ang mga peach ay dapat banlawan, hatiin, at pitted. Sa isang food processor, katas ang 2 ng peach sa kalahati.

b) Sa isang pinaghalong dish, pagsamahin ang katas, asukal, giniling na almond, pula ng itlog, at almond extract. Para makagawa ng makinis na paste, pagsamahin ang lahat ng Ingredients sa isang mixing bowl.

c) Ibuhos ang pagpuno sa bawat kalahati ng peach at itakda ang napunong peach halves sa isang buttered baking tray.

d) Budburan ng mga hiniwang almendras at i-brush ang natitirang mantikilya sa mga peach bago maghurno ng 45 minuto.

e) Ihain ang mainit o malamig, na may gilid ng cream o ice cream.

42. Spicy Italian prune-plum cake

Servings: 12 servings

sangkap

- 2 tasa Pitted at quartered Italian
- Prune-plums, niluto hanggang
- Malambot at pinalamig
- 1 tasa unsalted butter, pinalambot
- $1\frac{3}{4}$ tasa Granulated sugar
- 4 na Itlog
- 3 tasang Inagis na harina
- $\frac{1}{4}$ tasa unsalted butter
- $\frac{1}{2}$ libra May pulbos na asukal
- $1\frac{1}{2}$ kutsarang unsweetened cocoa
- Kakarampot na asin
- 1 kutsarita ng kanela
- $\frac{1}{2}$ kutsarita ng giniling na mga clove
- $\frac{1}{2}$ kutsarita Ground nutmeg
- 2 kutsarita ng baking soda
- $\frac{1}{2}$ tasang Gatas
- 1 tasa ng mga walnuts, pinong tinadtad
- 2 hanggang 3 kutsarang malakas, mainit
- kape
- $\frac{3}{4}$ kutsarita ng Vanilla

Direksyon:

a) Painitin ang oven sa 350°F. Mantikilya at harina sa isang 10-pulgadang Bundt pan.

b) Sa isang malaking palanggana ng paghahalo, pagsamahin ang mantikilya at asukal hanggang sa magaan at malambot.

c) Talunin ang mga itlog isa-isa.

d) Pagsamahin ang harina, pampalasa, at baking soda sa isang sifter. Sa ikatlo, idagdag ang pinaghalong harina sa pinaghalong mantikilya, na kahalili ng gatas. Talunin lamang upang pagsamahin ang mga Sangkap.

e) Idagdag ang nilutong prune-plums at walnuts at pukawin upang pagsamahin. Lumiko sa inihandang kawali at maghurno ng 1 oras sa 350°F oven, o hanggang sa magsimulang lumiit ang cake mula sa mga gilid ng kawali.

f) Upang gawin ang frosting, pagsamahin ang mantikilya at asukal ng mga confectioner. Dahan-dahang idagdag ang asukal at cocoa powder, patuloy na pagpapakilos hanggang sa ganap na pinagsama. Timplahan ng asin.

g) Gumalaw sa isang maliit na halaga ng kape sa isang pagkakataon.

h) Talunin hanggang malambot at malambot, pagkatapos ay magdagdag ng vanilla at palamutihan ang cake.

43. Pasta at Fagioli

Servings: 10

Mga sangkap:

- 1 ½ lb. giniling na karne ng baka
- 2 tinadtad na sibuyas
- ½ kutsarita ng red pepper flakes
- 3 kutsarang langis ng oliba
- 4 na tinadtad na tangkay ng kintsay
- 2 tinadtad na sibuyas ng bawang
- 5 tasang sabaw ng manok
- 1 tasang tomato sauce
- 3 kutsarang tomato paste
- 2 kutsarita ng oregano
- 1 kutsarita ng basil
- Asin at paminta para lumasa
- 1 15-oz. maaari cannellini beans
- 2 tasang nilutong maliit na Italian pasta

Mga direksyon:

a) Sa isang malaking kaldero, kayumanggi ang karne sa loob ng 5 minuto, o hanggang sa hindi na ito kulay rosas. Alisin sa equation.

b) Sa isang malaking kawali, init ang langis ng oliba at lutuin ang mga sibuyas, kintsay, at bawang sa loob ng 5 minuto.

c) Idagdag ang sabaw, tomato sauce, tomato paste, asin, paminta, basil, at red pepper flakes, at pukawin upang pagsamahin.

d) Ilagay ang takip sa kasirola. Pagkatapos ang sopas ay dapat hayaang magluto ng 1 oras.

e) Idagdag ang karne ng baka at lutuin ng isa pang 15 minuto.

f) Idagdag ang beans at ihalo upang pagsamahin. Pagkatapos nito, magluto ng 5 minuto sa mababang init.

g) Haluin ang nilutong pasta at lutuin ng 3 minuto, o hanggang uminit.

44. Meatball at Tortellini Soup

Servings: 6

Mga sangkap:

- 2 kutsarang langis ng oliba
- 1 hiniwang sibuyas
- 3 tinadtad na sibuyas ng bawang
- Asin at paminta para lumasa
- 8 tasang stock ng manok
- 1 $\frac{1}{2}$ tasa ng de-latang diced na kamatis
- 1 tasang tinadtad na kale
- 1 tasa na lasaw ng frozen na mga gisantes
- 1 kutsarita ng durog na basil
- 1 kutsarita ng oregano
- 1 dahon ng bay
- 1 lb. natunaw na bola-bola - anumang uri
- 1 lb. sariwang keso tortellini
- $\frac{1}{4}$ tasa gadgad na Parmesan cheese

Mga direksyon:

a) Sa isang malaking kaldero, init ang langis ng oliba at igisa ang sibuyas at bawang sa loob ng 5 minuto.

b) Sa isang malaking kasirola, pagsamahin ang stock ng manok, tinadtad na kamatis, kale, gisantes, basil, oregano, asin, paminta, at bay leaf.

c) Susunod na pakuluan ang likido. Pagkatapos nito, magluto ng 5 minuto sa mababang init.

d) Alisin ang bay leaf at itapon ito.

e) Kumulo para sa isa pang 5 minuto pagkatapos idagdag ang mga bola-bola at tortellini.

f) Panghuli ngunit hindi bababa sa, ihain sa mga mangkok na may gadgad na keso sa itaas.

45. Chicken Marsala

Servings: 4

Mga sangkap:

- $\frac{1}{4}$ tasa ng harina
- Asin at paminta para lumasa
- $\frac{1}{2}$ kutsarita ng thyme
- 4 na walang buto na dibdib ng manok, binatukan
- $\frac{1}{4}$ tasang mantikilya
- $\frac{1}{4}$ tasa ng langis ng oliba
- 2 tinadtad na sibuyas ng bawang
- 1 $\frac{1}{2}$ tasang hiniwang mushroom
- 1 diced maliit na sibuyas
- 1 tasa ng marsala
- $\frac{1}{4}$ tasa kalahati at kalahati o mabigat na cream

Mga direksyon:

a) Sa isang mangkok ng paghahalo, pagsamahin ang harina, asin, paminta, at thyme.

b) Sa isang hiwalay na mangkok, i-dredge ang mga dibdib ng manok sa pinaghalong.

c) Sa isang malaking kawali, matunaw ang mantikilya at mantika.

d) Magluto ng bawang sa loob ng 3 minuto sa isang kawali.

e) Ihagis ang manok at lutuin ng 4 na minuto sa bawat panig.

f) Sa isang kawali, pagsamahin ang mga mushroom, sibuyas, at marsala.

g) Lutuin ang manok sa loob ng 10 minuto sa mahinang apoy.

h) Ilipat ang manok sa isang serving plate.

i) Paghaluin ang kalahati at kalahati o mabigat na cream. Pagkatapos, habang nagluluto nang mataas sa loob ng 3 minuto, ihalo palagi.

j) Hugasan ang manok ng sarsa.

46. Bawang Cheddar Chicken

Servings: 8

Mga sangkap:

- $\frac{1}{4}$ tasang mantikilya
- $\frac{1}{4}$ tasa ng langis ng oliba
- $\frac{1}{2}$ tasang gadgad na parmesan cheese
- $\frac{1}{2}$ tasang Panko breadcrumbs
- $\frac{1}{2}$ tasang dinurog na Ritz crackers
- 3 tinadtad na sibuyas ng bawang
- 1 $\frac{1}{4}$ matalim na cheddar cheese
- $\frac{1}{4}$ kutsarita ng Italian seasoning
- Asin at paminta para lumasa
- $\frac{1}{4}$ tasa ng harina
- 8 dibdib ng manok

Mga direksyon:

a) Painitin ang hurno sa 350 degrees Fahrenheit.

b) Sa isang kawali, matunaw ang mantikilya at langis ng oliba at lutuin ang bawang sa loob ng 5 minuto.

c) Sa isang malaking mixing bowl, pagsamahin ang mga breadcrumb, sirang crackers, parehong keso, pampalasa, asin, at paminta.

d) Isawsaw ang bawat piraso ng manok sa mantikilya/olive oil mixture sa lalong madaling panahon.

e) Flora ang manok at i-dredge ito sa loob nito.

f) Painitin muna ang oven sa 350°F at balutin ang manok ng pinaghalong breadcrumb.

g) Ilagay ang bawat piraso ng manok sa isang baking dish.

h) Ibuhos ang pinaghalong mantikilya/langis sa itaas.

i) Painitin ang oven sa 350°F at maghurno ng 30 minuto.

j) Para sa karagdagang crispiness, ilagay sa ilalim ng broiler sa loob ng 2 minuto.

47. Chicken Fettuccini Alfredo

Servings: 8

Mga sangkap:

- 1 lb. fettuccine pasta
- 6 na walang buto, walang balat na mga suso ng manok, magandang gupitin sa mga cube ¾ tasa ng mantikilya, hinati
- 5 tinadtad na sibuyas ng bawang
- 1 kutsarita ng thyme
- 1 kutsarita ng oregano
- 1 hiniwang sibuyas
- 1 tasang hiniwang mushroom
- ½ tasang harina
- Asin at paminta para lumasa
- 3 tasang buong gatas
- 1 tasang mabigat na cream
- ¼ tasang gadgad na gruyere na keso
- ¾ tasa gadgad na parmesan cheese

Mga direksyon:

a) Painitin ang hurno sa 350°F at lutuin ang pasta ayon sa Mga Direksyon sa pakete, mga 10 minuto.

b) Sa isang kawali, tunawin ang 2 kutsarang mantikilya at idagdag ang mga cube ng manok, bawang, thyme, at oregano, na lutuin nang mahina sa loob ng 5 minuto, o hanggang sa hindi na kulay rosas ang manok. Alisin.

c) Sa parehong kawali, tunawin ang natitirang 4 na kutsarang mantikilya at igisa ang sibuyas at mushroom.

d) Paghaluin ang harina, asin, at paminta sa loob ng 3 minuto.

e) Idagdag ang mabigat na cream at gatas. Haluin ng isa pang 2 minuto.

f) Haluin ang keso sa loob ng 3 minuto sa mababang init.

g) Ibalik ang manok sa kawali at timplahan ng panlasa.

h) Magluto ng 3 minuto sa mababang init.

i) Ibuhos ang sarsa sa pasta.

48. Ziti na may sausage

Servings: 8

Mga sangkap:

- 1 lb. durog na Italian sausage
- 1 tasang hiniwang mushroom
- ½ tasang diced celery
- 1 hiniwang sibuyas
- 3 tinadtad na sibuyas ng bawang
- 42 oz. binili sa tindahan na spaghetti sauce o gawang bahay
- Asin at paminta para lumasa
- ½ kutsarita ng oregano
- ½ kutsarita ng basil
- 1 lb. hilaw na ziti pasta
- 1 tasang ginutay-gutay na mozzarella cheese
- ½ tasang gadgad na parmesan cheese
- 3 kutsarang tinadtad na perehil

Mga direksyon:

a) Sa isang kawali, kayumanggi ang sausage, mushroom, sibuyas, at kintsay sa loob ng 5 minuto.
b) Pagkatapos nito, idagdag ang bawang. Magluto ng isa pang 3 minuto. Alisin sa equation.
c) Idagdag ang spaghetti sauce, asin, paminta, oregano, at basil sa isang hiwalay na kawali.
d) Pakuluan ang sarsa sa loob ng 15 minuto.
e) Ihanda ang pasta sa isang kawali ayon sa mga Direksyon sa pakete habang nagluluto ang sarsa. Alisan ng tubig.
f) Painitin ang hurno sa 350 degrees Fahrenheit.
g) Sa isang baking dish, ilagay ang ziti, sausage mixture, at ginutay-gutay na mozzarella sa dalawang layer.
h) Budburan ng parsley at parmesan cheese sa ibabaw.
i) Painitin ang oven sa 350°F at maghurno ng 25 minuto.

49. Sausage at Peppers

Servings: 4

Mga sangkap:

- 1 pakete ng spaghetti
- 1 kutsarang langis ng oliba
- 4 matamis na Italian sausage link na hiniwa sa kasing laki ng mga piraso
- 2 pulang kampanilya na paminta ay pinutol.
- 2 berdeng kampanilya na paminta ay pinutol
- 2 orange bell peppers na hiniwa-hiwa
- 3 tinadtad na sibuyas ng bawang
- 1 kutsarita ng Italian seasoning
- Asin at paminta para lumasa
- 3 kutsarang virgin olive oil
- 12 oz. de-latang diced na kamatis
- 3 kutsarang red wine
- 1/3 tasa tinadtad na perehil
- $\frac{1}{4}$ tasa gadgad na Asiago cheese

Mga direksyon:

a) Lutuin ang spaghetti ayon sa Mga Direksyon sa pakete, na dapat tumagal nang humigit-kumulang 5 minuto. Alisan ng tubig

b) Sa isang kawali, init ang langis ng oliba at kayumanggi ang mga sausage sa loob ng 5 minuto.

c) Ilagay ang sausage sa isang serving platter.

d) Idagdag ang peppers, bawang, Italian seasoning, asin, at paminta sa parehong kawali.

e) Ibuhos ang 3 kutsarang langis ng oliba sa ibabaw ng mga sili.

f) Idagdag ang diced na kamatis at alak at haluin upang pagsamahin.
g) Igisa ng kabuuang 10 minuto.
h) Ayusin ang pampalasa sa pamamagitan ng paghahagis ng spaghetti na may mga sili.
i) Magdagdag ng parsley at Asiago cheese sa itaas.

50. Saucy Lasagna

Servings: 4

Mga sangkap:

- 1 $\frac{1}{2}$ lb. durog na maanghang na Italian sausage
- 5 tasang spaghetti sauce na binili sa tindahan
- 1 tasang tomato sauce
- 1 kutsarita ng Italian seasoning
- $\frac{1}{2}$ tasa ng red wine
- 1 kutsarang asukal
- 1 kutsarang mantika
- 5 guwantes na tinadtad na bawang
- 1 hiniwang sibuyas
- 1 tasang ginutay-gutay na mozzarella cheese
- 1 tasang ginutay-gutay na provolone cheese
- 2 tasang ricotta cheese
- 1 tasa ng cottage cheese
- 2 malalaking itlog
- $\frac{1}{4}$ tasa ng gatas
- 9 noodles lasagna noodles - parboiled
- $\frac{1}{4}$ tasa gadgad na parmesan cheese

Mga direksyon:

a) Painitin ang hurno sa 375 degrees Fahrenheit.

b) Sa isang kawali, kayumanggi ang durog na sausage sa loob ng 5 minuto. Ang anumang mantika ay dapat itapon.

c) Sa isang malaking palayok, pagsamahin ang pasta sauce, tomato sauce, Italian seasoning, red wine, at asukal at ihalo nang maigi.

d) Sa isang kawali, init ang langis ng oliba. Pagkatapos, sa loob ng 5 minuto, igisa ang bawang at sibuyas.
e) Isama ang sausage, bawang, at sibuyas sa sarsa.
f) Pagkatapos nito, takpan ang kasirola at hayaang kumulo sa loob ng 45 minuto.
g) Sa isang paghahalo ng ulam, pagsamahin ang mozzarella at provolone na keso.
h) Sa isang hiwalay na mangkok, pagsamahin ang ricotta, cottage cheese, itlog, at gatas.
i) Sa isang 9 x 13 baking dish, ibuhos ang 12 tasa ng sarsa sa ilalim ng ulam.
j) Ngayon ayusin ang noodles, sauce, ricotta, at mozzarella sa baking dish sa tatlong layer.
k) Ikalat ang parmesan cheese sa ibabaw.
l) Maghurno sa isang sakop na ulam sa loob ng 30 minuto.
m) Maghurno para sa isa pang 15 minuto pagkatapos mabuksan ang ulam.

51. Diavolo Seafood Dinner

Servings: 4

Mga sangkap:

- 1lb. malaking binalatan at deveined na hipon
- $\frac{1}{2}$ lb. seased scallops
- 3 kutsarang langis ng oliba
- $\frac{1}{2}$ kutsarita ng red pepper flakes
- Asin sa panlasa
- 1 hiniwang maliit na sibuyas
- $\frac{1}{2}$ kutsarita ng thyme
- $\frac{1}{2}$ kutsarita ng oregano
- 2 dinurog na anchovy fillet
- 2 kutsarang tomato paste
- 4 na tinadtad na sibuyas ng bawang
- 1 tasang puting alak
- 1 kutsarita ng lemon juice
- 2 $\frac{1}{2}$ tasang diced na kamatis
- 5 kutsarang perehil

Mga direksyon:

a) Sa isang mixing dish, pagsamahin ang hipon, scallops, olive oil, red pepper flakes, at asin.

b) Painitin muna ang kawali sa 350°F. Sa loob ng 3 minuto, igisa ang seafood sa isang layer. Ito ay isang bagay na maaaring gawin sa mga bungkos.

c) Ilagay ang hipon at scallops sa isang serving plate.

d) Painitin muli ang kawali.

e) Sa loob ng 2 minuto, igisa ang sibuyas, herbs, anchovy fillet, at tomato paste.

f) Pagsamahin ang alak, lemon juice, at diced tomatoes sa isang mixing bowl.
g) Pakuluan ang likido.
h) Itakda ang temperatura sa mababang antas. Magluto ng 15 minuto pagkatapos nito.
i) Ibalik ang seafood sa kawali, kasama ang perehil.
j) Magluto ng 5 minuto sa mababang init.

52. Linguine at Hipon Scampi

Servings: 6

Mga sangkap:

- 1 pakete ng linguine pasta
- $\frac{1}{4}$ tasang mantikilya
- 1 tinadtad na pulang kampanilya paminta
- 5 tinadtad na sibuyas ng bawang
- 45 hilaw na malalaking hipon na binalatan at na-devein $\frac{1}{2}$ tasang tuyong puting alak $\frac{1}{4}$ tasa ng sabaw ng manok
- 2 kutsarang lemon juice
- $\frac{1}{4}$ tasa ng mantikilya
- 1 kutsarita ng dinurog na pulang paminta na mga natuklap
- $\frac{1}{2}$ kutsarita ng safron
- $\frac{1}{4}$ tasa tinadtad na perehil
- Asin sa panlasa

Mga direksyon:

a) Lutuin ang pasta ayon sa Mga Direksyon sa pakete, na dapat tumagal nang humigit-kumulang 10 minuto.

b) Alisan ng tubig ang tubig at itabi.

c) Sa isang malaking kawali, matunaw ang mantikilya.

d) Lutuin ang bell peppers at bawang sa isang kawali sa loob ng 5 minuto.

e) Idagdag ang hipon at ipagpatuloy ang paggisa ng isa pang 5 minuto.

f) Alisin ang hipon sa isang platter, ngunit panatilihin ang bawang at paminta sa kawali.

g) Pakuluan ang white wine, sabaw, at lemon juice.

h) Ibalik ang hipon sa kawali na may isa pang 14 na tasa ng mas mahusay.
i) Idagdag ang red pepper flakes, safron, at perehil, at timplahan ng asin ayon sa panlasa.
j) Pakuluan ng 5 minuto pagkatapos ihagis kasama ng pasta.

53. Hipon na may Pesto Cream Sauce

Servings: 6

Mga sangkap:

- 1 pakete ng linguine pasta
- 1 kutsarang langis ng oliba
- 1 tinadtad na sibuyas
- 1 tasang hiniwang mushroom
- 6 tinadtad na sibuyas ng bawang
- ½ tasang mantikilya
- Asin at paminta para lumasa
- ½ kutsarita ng cayenne pepper
- 1 3/4 tasa ng gadgad na Pecorino Romano
- 3 kutsarang harina
- ½ tasa ng mabigat na cream
- 1 tasang pesto
- 1 lb. nilutong hipon, binalatan at hiniwa

Mga direksyon:

a) Lutuin ang pasta ayon sa Mga Direksyon sa pakete, na dapat tumagal nang humigit-kumulang 10 minuto. Alisan ng tubig.
b) Sa isang kawali, init ang mantika at lutuin ang sibuyas at mushroom sa loob ng 5 minuto.
c) Magluto ng 1 minuto pagkatapos haluin ang bawang at mantikilya.
d) Sa isang kawali, ibuhos ang mabigat na cream at timplahan ng asin, paminta, at cayenne pepper.
e) Kumulo para sa isa pang 5 minuto.
f) Idagdag ang keso at ihalo upang pagsamahin. Patuloy na kumulo hanggang sa matunaw ang keso.
g) Pagkatapos, para lumapot ang sarsa, ihalo ang harina.
h) Magluto ng 5 minuto kasama ang pesto at hipon.
i) Pahiran ng sarsa ang pasta.

54. Isda at Chorizo Soup

Servings: 4

Mga sangkap:

- 2 ulo ng isda (ginagamit sa pagluluto ng stock ng isda)
- 500g fillet ng isda, gupitin sa mga piraso
- 1 sibuyas
- 1 sibuyas na bawang
- 1 tasang puting alak
- 2 kutsarang langis ng oliba
- 1 dakot na perehil (tinadtad)
- 2 tasang stock ng isda
- 1 dakot oregano (tinadtad)
- 1 kutsarang asin
- 1 kutsarang paminta
- 1 kintsay
- 2 lata kamatis (kamatis)
- 2 pulang sili
- 2 chorizo sausage
- 1 kutsarang paprika
- 2 dahon ng bay

Mga direksyon:

a) Linisin ang ulo ng isda. Dapat tanggalin ang mga hasang. Timplahan ng asin. Magluto ng 20 minuto sa mababang temperatura. Alisin sa equation.

b) Sa isang kawali, ibuhos ang langis ng oliba. Pagsamahin ang sibuyas, bay leaves, bawang, chorizo, at paprika sa isang malaking mixing bowl. 7 minuto sa oven

c) Sa isang malaking mixing bowl, pagsamahin ang pulang sili, kamatis, kintsay, paminta, asin, oregano, stock ng isda, at puting alak.
d) Magluto ng kabuuang 10 minuto.
e) Ihagis ang isda. 4 minuto sa oven
f) Gamitin ang kanin bilang side dish.
g) Magdagdag ng perehil bilang isang palamuti.

55. Affogato

Servings: 1

Mga sangkap

- 1 scoop ng Vanilla Ice Cream
- 1 shot ng Espresso
- Isang ambon ng Chocolate Sauce, opsyonal

Mga direksyon:

a) Sa isang baso, ilagay ang isang scoop ng vanilla ice cream at 1 shot ng espresso.

b) maglingkod!

56. Tahini Sauce

Gumagawa ng humigit-kumulang $1\frac{1}{4}$ tasa

sangkap

- $\frac{1}{2}$ tasang tahini
- $\frac{1}{2}$ tasang tubig
- $\frac{1}{4}$ tasa ng lemon juice (2 lemon)
- 2 sibuyas ng bawang, tinadtad

Mga direksyon:

a) Haluin ang lahat ng sangkap sa mangkok hanggang sa pagsamahin. Timplahan ng asin at paminta ayon sa panlasa.

b) Hayaang umupo hanggang matunaw ang mga lasa, mga 30 minuto. (Maaaring i-refrigerate ang sauce nang hanggang 4 na araw.)

57. Bawang Yogurt Sauce

Gumagawa ng humigit-kumulang $\frac{1}{2}$ tasa

sangkap

- $\frac{1}{2}$ tasa plain Greek yogurt
- 1 kutsarang lemon juice
- 1 kutsarang tinadtad na sariwang mint
- 1 sibuyas ng bawang, tinadtad

Mga direksyon:

a) Pagsamahin ang lahat ng sangkap sa mangkok at timplahan ng asin at paminta ayon sa panlasa.

b) maglingkod. (Maaaring i-refrigerate ang sauce nang hanggang 4 na araw.)

58. Avocado-Yogurt Sauce

Gumagawa ng humigit-kumulang $1\frac{1}{4}$ tasa

sangkap

- 1 hinog na abukado, gupitin sa $\frac{1}{2}$ pulgadang piraso
- $\frac{1}{4}$ tasa ng plain yogurt
- 1 kutsarita katas ng kalamansi
- $\frac{1}{2}$ kutsarita ng giniling na kumin
- $\frac{1}{8}$ kutsarita ng table salt
- $\frac{1}{8}$ kutsarita ng paminta

Mga direksyon:

a) Gamit ang matibay na whisk, ihalo at haluin ang lahat ng sangkap sa mangkok hanggang sa makinis hangga't maaari.

b) Timplahan ng asin at paminta ayon sa panlasa. maglingkod.

59. Tahini-Yogurt Sauce

Gumagawa ng humigit-kumulang 1 tasa

sangkap

- ⅓tasa ng tahini
- ⅓tasa ng plain Greek yogurt
- $\frac{1}{4}$ tasa ng tubig
- 3 kutsarang lemon juice
- 1 sibuyas ng bawang, tinadtad
- $\frac{3}{4}$ kutsarita ng table salt

Mga direksyon:

a) Haluin ang lahat ng sangkap sa mangkok hanggang sa pagsamahin. Timplahan ng asin at paminta ayon sa panlasa.

b) Hayaang umupo hanggang matunaw ang mga lasa, mga 30 minuto. (Maaaring i-refrigerate ang sauce nang hanggang 4 na araw.)

60. Anchoïade

Gumagawa ng humigit-kumulang $1\frac{1}{4}$ tasa

sangkap

- 2 malaking pula ng itlog
- 8 anchovy fillet, binanlawan, tinapik ng tuyo, at tinadtad
- 2 kutsarita ng Dijon mustard
- 2 kutsarita ng lemon juice
- 1 sibuyas ng bawang, tinadtad
- $\frac{3}{4}$ tasa ng langis ng gulay
- 1 kutsarang tubig
- $\frac{1}{4}$ kutsarita ng paminta
- $\frac{1}{4}$ tasa ng extra-virgin olive oil

Mga direksyon:

a) Iproseso ang mga pula ng itlog, bagoong, mustasa, lemon juice, at bawang sa food processor hanggang sa pinagsama, mga 20 segundo.

b) Habang tumatakbo ang processor, dahan-dahang ibuhos ang langis ng gulay hanggang sa pinagsama, mga 1 minuto.

c) Ilipat sa medium bowl at haluin sa tubig at paminta. Patuloy na paghahalo, dahan-dahang ibuhos sa langis ng oliba, pagkatapos ay timplahan ng asin at paminta ayon sa panlasa.

61. Basil Pesto

Gumagawa ng humigit-kumulang 1½ tasa

sangkap

- 6 na sibuyas ng bawang, hindi binalatan
- ½ tasa ng pine nuts
- 4 na tasang sariwang dahon ng basil
- 4 na kutsarang sariwang dahon ng perehil
- 1 tasang extra-virgin olive oil
- 1 onsa Parmesan cheese, gadgad na pinong (½ tasa)

Mga direksyon:

a) Mag-toast ng bawang sa 8-pulgadang kawali sa katamtamang init, paminsan-minsang pag-alog ng kawali, hanggang sa lumambot at batik-batik na kayumanggi, mga 8 minuto. Kapag ang bawang ay sapat na upang mahawakan, alisin at itapon ang mga balat at gupitin ng magaspang.

b) Samantala, i-toast ang mga pine nuts sa walang laman na kawali sa katamtamang init, madalas na pagpapakilos, hanggang sa ginintuang at mabango, 4 hanggang 5 minuto.

c) Ilagay ang basil at parsley sa 1-gallon na zipper-lock na bag. Pound bag na may flat side ng meat pounder o may rolling pin hanggang sa mabugbog ang lahat ng dahon.

d) Iproseso ang bawang, pine nuts, at herbs sa food processor hanggang sa makinis na tinadtad, mga 1 minuto, i-scrap ang mga gilid ng mangkok kung kinakailangan. Habang tumatakbo ang processor, dahan-dahang magdagdag ng langis hanggang sa maisama. Ilipat ang pesto sa mangkok, ihalo ang Parmesan, at timplahan ng asin at paminta ayon sa panlasa.

e) Upang maiwasan ang browning, pindutin ang plastic wrap flush sa ibabaw o itaas na may manipis na layer ng olive oil.

62. Harissa

Gumagawa ng humigit-kumulang ½ tasa

sangkap

- 6 na kutsarang extra-virgin olive oil
- 6 na sibuyas ng bawang, tinadtad
- 2 kutsarang paprika
- 1 kutsarang ground coriander
- 1-3 kutsarang pinatuyong Aleppo pepper
- 1 kutsarita ng ground cumin
- ¾ kutsaritang buto ng caraway
- ½ kutsarita ng table salt

Mga direksyon:

a) Pagsamahin ang lahat ng sangkap sa mangkok at microwave hanggang sa bumubulusok at napakabango, mga 1 minuto, hinahalo sa kalagitnaan ng microwaving; hayaang lumamig nang lubusan.

b) Maaaring palamigin si Harissa nang hanggang 4 na araw.

63. Rose Harissa

Gumagawa ng humigit-kumulang ½ tasa

sangkap

- 6 na kutsarang extra-virgin olive oil
- ¼ tasa ng paprika
- 1½ kutsarang pinatuyong Aleppo pepper
- 1 kutsarang ground coriander
- 3 sibuyas ng bawang, tinadtad
- ½ kutsarita ng giniling na kumin
- ½ kutsarita ng caraway seeds
- ½ kutsarita ng table salt
- 2 tablespoons crumbled tuyo rosebuds, stems inalis
- 1¼ kutsarita ng rosas na tubig

Mga direksyon:

a) Pagsamahin ang mantika, paprika, paminta ng Aleppo, kulantro, bawang, kumin, caraway, at asin sa mangkok at microwave hanggang sa bumubulusok at napakabango, mga 1 minuto, hinahalo sa kalagitnaan ng microwaving.

b) Paikutin ang rosebuds at rose water; hayaang lumamig nang lubusan.

64. Preserved Lemons

Gumagawa ng 4 na napreserbang lemon

sangkap

- 12 lemon, mas mabuti kay Meyer
- $\frac{1}{2}$ tasa ng kosher na asin

Mga direksyon:

a) Hugasan at tuyo ang 4 na lemon. Gupitin nang pahaba sa quarters, huminto ng 1 pulgada mula sa ibaba para manatiling buo ang mga lemon sa base. Juice na natitira 8 lemons upang magbunga ng $1\frac{1}{2}$ tasa ng juice; itabi ang anumang dagdag na katas.

b) Dahan-dahang iunat ang 1 hiwa ng lemon at ibuhos ang 2 kutsarang asin sa gitna. Paggawa sa ibabaw ng mangkok, dahan-dahang kuskusin ang mga hiniwang ibabaw ng lemon, pagkatapos ay ilagay ang lemon sa 1-quart na garapon. Ulitin sa natitirang hiwa ng mga limon at natitirang asin. Magdagdag ng anumang naipon na asin at juice sa mangkok sa garapon.

c) Ibuhos ang $1\frac{1}{2}$ tasa ng lemon juice sa garapon at dahan-dahang pindutin upang malubog ang mga limon. (Magdagdag ng nakareserbang dagdag na juice sa garapon kung kinakailangan upang ganap na masakop ang mga limon.) Takpan nang mahigpit ang garapon gamit ang takip at iling. Palamigin ang mga lemon, nanginginig ang garapon isang beses bawat araw sa unang 4 na araw upang muling ipamahagi ang asin at juice. Hayaang matuyo ang mga limon sa refrigerator hanggang sa makintab at lumambot, 6 hanggang 8 linggo.

d) Upang gamitin, putulin ang nais na dami ng napreserbang lemon. Kung ninanais, gumamit ng kutsilyo upang alisin ang pulp at puting pith mula sa balat bago gamitin.

65. Pink Adobong Singkamas

Gumagawa ng 4 na tasa

sangkap

- $1\frac{1}{4}$ tasang puting alak na suka
- $1\frac{1}{4}$ tasa ng tubig
- $2\frac{1}{2}$ kutsarang asukal
- $1\frac{1}{2}$ kutsarang canning at pickling salt (tingnan ang pahinang ito)
- 3 sibuyas ng bawang, dinurog at binalatan
- $\frac{3}{4}$ kutsarita buong allspice berries
- $\frac{3}{4}$ kutsarita ng black peppercorns
- 1 libra na singkamas, binalatan at pinutol sa 2 by $\frac{1}{2}$-inch sticks
- 1 maliit na beet, pinutol, binalatan, at pinutol sa 1 pulgadang piraso

Mga direksyon:

a) Magdala ng suka, tubig, asukal, asin, bawang, allspice, at peppercorns upang pakuluan sa medium saucepan sa medium-high heat. Takpan, alisin sa init, at hayaang matarik ng 10 minuto.

b) Salain ang brine sa pamamagitan ng fine-mesh strainer, pagkatapos ay ibalik sa kasirola.

c) Maglagay ng dalawang 1-pint na garapon sa mangkok at ilagay sa ilalim ng mainit na tubig na umaagos hanggang sa uminit, 1 hanggang 2 minuto; iling tuyo. I-pack ang mga singkamas nang patayo sa mga mainit na garapon na may mga piraso ng beet na pantay na ipinamahagi sa buong lugar.

d) Ibalik ang brine sa maikling pigsa. Gamit ang funnel at sandok, ibuhos ang mainit na brine sa mga gulay upang takpan. Hayaang lumamig ang mga garapon sa temperatura ng silid, takpan ng mga takip, at palamigin nang hindi bababa sa 2 araw bago ihain. (Ang mga adobo na singkamas ay maaaring palamigin ng hanggang 1 buwan; ang mga singkamas ay lalambot sa paglipas ng panahon.)

66. Mabilis na Adobo na mga sibuyas

Gumagawa ng 1 tasa

sangkap

- 1 tasang red wine vinegar
- ⅓tasa ng asukal
- $\frac{1}{4}$ kutsarita ng table salt
- 1 pulang sibuyas, hiniwa at hiniwang manipis

Mga direksyon:

a) Magdala ng suka, asukal, at asin upang kumulo sa maliit na kasirola sa katamtamang apoy, paminsan-minsang pagpapakilos, hanggang sa matunaw ang asukal.

b) Patayin ang init, ihalo ang sibuyas, takpan, at hayaang ganap na lumamig, mga 1 oras. maglingkod. (Ang mga adobo na sibuyas ay maaaring ilagay sa refrigerator sa lalagyan ng airtight hanggang 1 linggo.)

67. Espanyol na Ratatouille

Servings: 4

Mga sangkap:

- 1 pulang kampanilya paminta (hiwain)
- 1 katamtamang laki ng sibuyas (hiniwa o tinadtad)
- 1 sibuyas na bawang
- 1 Zucchini (tinadtad)
- 1 berdeng paminta (hiwain)
- 1 kutsarang asin
- 1 kutsarang paminta
- 1 lata kamatis (tinadtad)
- 3 kutsarang langis ng oliba
- 1 splash ng White wine
- 1 dakot ng sariwang Parsley

Mga direksyon:

a) Sa isang kawali, ibuhos ang langis ng oliba.

b) Ihagis ang mga sibuyas. Payagan ang 4 na minuto ng oras ng pagprito sa katamtamang init.

c) Ihagis ang bawang at paminta. Hayaang magprito ng isa pang 2 minuto.

d) Ihagis ang zucchini, kamatis, white wine, at timplahan ng asin at paminta ayon sa panlasa.

e) Magluto ng 30 minuto o hanggang maluto.

f) Palamutihan ng perehil, kung ninanais.

g) Ihain kasama ng kanin o toast bilang side dish.

h) Enjoy!!!

68. Bean at Chorizo nilagang

Servings: 3

Mga sangkap:

- 1 karot (hiwain)
- 3 kutsarang langis ng oliba
- 1 medium-sized na sibuyas
- 1 pulang kampanilya paminta
- 400g pinatuyong fabes beans
- 300 gramo ng Chorizo sausage
- 1 berdeng paminta
- 1 tasang perehil (tinadtad)
- 300g kamatis (hiwain)
- 2 tasang stock ng manok
- 300 gramo ng hita ng manok (fillet)
- 6 na butil ng bawang
- 1 katamtamang laki ng patatas (diced)
- 2 kutsarang thyme
- 2 kutsarang asin sa panlasa
- 1 kutsarang paminta

Mga direksyon:

a) Sa isang kawali, ibuhos ang langis ng gulay. Ihagis ang sibuyas. Payagan ang 2 minuto ng oras ng pagprito sa katamtamang init.

b) Sa isang malaking mangkok ng paghahalo, pagsamahin ang bawang, karot, kampanilya, chorizo, at mga hita ng manok. Maglaan ng 10 minuto para sa pagluluto.

c) Ihagis ang thyme, stock ng manok, beans, patatas, kamatis, perehil, at timplahan ng asin at paminta ayon sa panlasa.

d) Magluto ng 30 minuto, o hanggang sa lumambot ang sitaw at lumapot ang nilagang.

69. Gazpacho

Servings: 6

Mga sangkap:

- 2 pounds hinog na mga kamatis, tinadtad
- 1 pulang kampanilya paminta (hiwain)
- 2 siwang bawang (giniling)
- 1 kutsarang asin
- 1 kutsarang paminta
- 1 kutsarang kumin (giniling)
- 1 tasang pulang sibuyas (tinadtad)
- 1 malaking laki ng paminta ng Jalapeno
- 1 tasa ng langis ng oliba
- 1 kalamansi 1 katamtamang laki ng pipino
- 2 kutsarang suka
- 1 tasang kamatis (juice)
- 1 kutsarang Worcestershire sauce
- 2 kutsarang sariwang basil (hiniwa)
- 2 hiwa ng tinapay

Mga direksyon:

a) Sa isang mangkok ng paghahalo, pagsamahin ang pipino, kamatis, paminta, sibuyas, bawang, jalapeño, asin, at kumin. Paghaluin ang lahat nang lubusan.

b) Sa isang blender, pagsamahin ang olive oil, suka, Worcestershire sauce, lime juice, tomato juice, at tinapay. Haluin hanggang ang timpla ay ganap na makinis.

c) Isama ang pinaghalo sa orihinal na timpla gamit ang isang salaan.

d) Siguraduhing ganap na pagsamahin ang lahat.

e) I-scoop ang kalahati ng pinaghalong sa blender at katas ito. Haluin hanggang ang timpla ay ganap na makinis.
f) Ibalik ang pinaghalong timpla sa natitirang pinaghalong. Paghaluin ang lahat nang lubusan.
g) Palamigin ang mangkok sa loob ng 2 oras pagkatapos itong takpan.
h) Pagkatapos ng 2 oras, alisin ang mangkok. Timplahan ng asin at paminta ang timpla. Budburan ang basil sa ibabaw ng ulam.
i) maglingkod.

70. Pusit at Bigas

Servings: 4

Mga sangkap:

- 6 oz. seafood (alinman sa iyong pinili)
- 3 siwang bawang
- 1 medium-sized na sibuyas (hiniwa)
- 3 kutsarang langis ng oliba
- 1 berdeng paminta (hiniwa)
- 1 kutsarang tinta ng pusit
- 1 bungkos ng perehil
- 2 kutsarang paprika
- 550-gramo na pusit (nilinis na)
- 1 kutsarang asin
- 2 kintsay (hiwain)
- 1 sariwang dahon ng bay
- 2 medium-sized na kamatis (gadgad)
- 300 gramo ng bigas ng calasparra
- 125ml puting alak
- 2 tasang stock ng isda
- 1 limon

Mga direksyon:

a) Sa isang kawali, ibuhos ang langis ng oliba. Pagsamahin ang sibuyas, bay leaf, paminta, at bawang sa isang mixing bowl. Hayaang magprito ng ilang minuto.

b) Ihagis ang pusit at pagkaing-dagat. Lutuin ng ilang minuto, pagkatapos ay tanggalin ang pusit/seafood.

c) Sa isang malaking mangkok ng paghahalo, pagsamahin ang paprika, kamatis, asin, kintsay, alak, at perehil. Maglaan ng 5 minuto para matapos ang mga gulay sa pagluluto.
d) Ihagis ang binanlawan na kanin sa kawali. Pagsamahin ang stock ng isda at squid ink sa isang mixing bowl.
e) Magluto ng kabuuang 10 minuto. Pagsamahin ang seafood at pusit sa isang malaking mixing bowl.
f) Magluto ng 5 minuto pa.
g) Ihain kasama ng aioli o lemon.

71. Nilagang kuneho sa Tomato

Servings: 5

Mga sangkap:

- 1 buong kuneho, gupitin sa mga piraso
- 1 dahon ng bay
- 2 malalaking sibuyas
- 3 siwang bawang
- 2 kutsarang langis ng oliba
- 1 kutsarang matamis na paprika
- 2 sprigs sariwang rosemary
- 1 lata kamatis
- 1 sanga ng thyme
- 1 tasang puting alak
- 1 kutsarang asin
- 1 kutsarang paminta

Mga direksyon:

a) Sa isang kawali, init ang langis ng oliba sa medium-high heat.

b) Painitin muna ang mantika at idagdag ang mga rabbit chunks. Iprito hanggang sa maging pantay na kayumanggi ang mga piraso.

c) Alisin ito kapag natapos na.

d) Idagdag ang mga sibuyas at bawang sa parehong kawali. Lutuin hanggang sa ganap itong malambot.

e) Sa isang malaking mixing bowl, pagsamahin ang thyme, paprika, rosemary, asin, paminta, kamatis, at bay leaf. Maglaan ng 5 minuto para sa pagluluto.

f) Ihagis ang mga tipak ng kuneho kasama ng alak. Lutuin, takpan, sa loob ng 2 oras, o hanggang sa maluto ang mga tipak ng kuneho at lumapot ang sarsa.

g) Ihain kasama ng pritong patatas o toast.

72. Hipon na may haras

Servings: 3

Mga sangkap:

- 1 kutsarang asin
- 1 kutsarang paminta
- 2 clove na bawang (hiniwa)
- 2 kutsarang langis ng oliba
- 4 na kutsarang manzanilla sherry
- 1 haras bombilya
- 1 dakot na tangkay ng perehil
- 600g cherry tomatoes
- 15 malalaking hipon, binalatan
- 1 tasa ng puting alak

Mga direksyon:

a) Sa isang malaking kasirola, painitin ang mantika. Ilagay ang mga ginupit na clove ng bawang sa isang mangkok. Hayaang magprito hanggang sa maging golden brown ang bawang.

b) Idagdag ang haras at perehil sa pinaghalong. Magluto ng 10 minuto sa mababang init.

c) Sa isang malaking mixing bowl, pagsamahin ang mga kamatis, asin, paminta, sherry, at alak. Pakuluan ng 7 minuto, o hanggang lumapot ang sarsa.

d) Ilagay ang binalatan na hipon sa ibabaw. Lutuin sa loob ng 5 minuto, o hanggang sa maging pink ang mga hipon.

e) Palamutihan ng isang pagwiwisik ng mga dahon ng perehil.

f) Ihain kasama ng isang gilid ng tinapay.

73. Crispy Artichoke Salad na may Lemon Vinaigrette

SERVE 4

Mga sangkap:

- 3 tasang jarred whole baby artichokes na nakaimpake sa tubig, hinati, binanlawan, at tinapik tuyo
- 3 kutsarang gawgaw
- 1 tasang extra-virgin olive oil para sa pagprito
- 1 kutsarang lemon juice
- $\frac{3}{4}$ kutsarita ng Dijon mustard
- $\frac{3}{4}$ kutsaritang tinadtad na bawang
- Pakurot ng table salt
- 4 na kutsarita ng extra-virgin olive oil
- 2 onsa (2 tasa) mizuna o baby arugula
- $\frac{3}{4}$ tasa ng frozen na mga gisantes, lasaw
- 1 kutsarita ng Za'atar

Mga direksyon:

a) Ihagis ang mga artichoke na may gawgaw sa mangkok upang mabalutan. Init ang 1 tasang mantika sa 12-pulgadang kawali sa katamtamang init hanggang sa kumikinang.

b) Iling ang labis na gawgaw mula sa artichokes at maingat na idagdag sa kawali sa isang layer. Lutuin, pagpapakilos paminsan-minsan, hanggang sa ginintuang at malutong ang lahat, 5 hanggang 7 minuto. Gamit ang slotted na kutsara, ilipat ang mga artichoke sa paper towel-lined plate upang bahagyang lumamig, mga 10 minuto.

c) Paghaluin ang lemon juice, mustard, shallot, at asin nang magkasama sa mangkok. Patuloy na paghahalo, dahan-dahang ibuhos ang 4 na kutsarita ng mantika hanggang sa emulsified.

d) Paghaluin ang mizuna, mga gisantes, at 2 kutsarang vinaigrette sa malaking mangkok. Ilipat sa serving platter at itaas na may artichokes, ambon na may natitirang vinaigrette, at budburan ng za'atar. maglingkod.

74. Karot at Pinausukang Salmon Salad

SERVE 4 HANGGANG 6

Mga sangkap:

- 2 pounds na karot na may nakadikit na mga gulay, hinati, $\frac{1}{4}$ tasang gulay na tinadtad
- 5 tablespoons cider vinegar, hinati
- 1 kutsarang asukal
- $\frac{1}{8}$ kutsarita plus $\frac{3}{4}$ kutsaritang table salt, hinati
- $\frac{1}{4}$ tasa ng extra-virgin olive oil, hinati
- $\frac{1}{4}$ kutsarita ng paminta
- 1 pulang suha
- 2 kutsarang tinadtad na sariwang dill
- 2 kutsarita ng Dijon mustard
- 2 ulong Belgian endive (4 ounces bawat isa), hinati, kinautot, at hiniwang $\frac{1}{2}$ pulgada ang kapal
- 8 ounces pinausukang salmon

Mga direksyon:

a) Ayusin ang oven rack sa pinakamababang posisyon at init ang oven sa 450 degrees. Balatan at ahit ang 4 ounces na karot sa manipis na mga ribbon na may vegetable peeler; itabi. Balatan at hiwain ang natitirang mga karot sa bias na $\frac{1}{4}$ pulgada ang kapal; itabi.

b) Microwave $\frac{1}{4}$ tasa ng suka, asukal, at $\frac{1}{8}$ kutsarita ng asin sa mangkok hanggang kumulo, 1 hanggang 2 minuto. Paghaluin ang mga ahit na karot, pagkatapos ay hayaang umupo, paminsan-minsang pagpapakilos, sa loob ng 45 minuto. (Ang mga pinatuyo na adobo na karot ay maaaring palamigin nang hanggang 5 araw.)

c) Ihagis ang hiniwang karot na may 1 kutsarang mantika, paminta, at $\frac{1}{2}$ kutsaritang asin sa mangkok, pagkatapos ay ikalat sa isang layer sa rimmed baking sheet, gupitin sa gilid. Inihaw hanggang malambot at ang ilalim ay maging kayumanggi, 15 hanggang 25 minuto. Hayaang lumamig nang bahagya, mga 15 minuto.

d) Samantala, putulin ang alisan ng balat at pith mula sa suha. I-quarter ang grapefruit, pagkatapos ay hiwain nang crosswise sa $\frac{1}{4}$-pulgada ang kapal.

e) Haluin ang dill, mustasa, natitirang 1 kutsarang suka, at natitirang $\frac{1}{4}$ kutsarita ng asin nang magkasama sa malaking mangkok. Patuloy na paghahalo, dahan-dahang ibuhos ang natitirang 3 kutsarang mantika hanggang sa emulsified. Magdagdag ng endive, carrot greens, roasted carrots, pickled carrots, at grapefruit at ihagis upang pagsamahin; timplahan ng asin at paminta ayon sa panlasa. Ayusin ang salmon sa gilid ng serving platter, pagkatapos ay ilipat ang salad sa gitna ng platter. maglingkod.

75. Beet Salad na may Spiced Yogurt at Watercress

SERVE 4 HANGGANG 6

Mga sangkap:

- 2 pounds beets, pinutol, binalatan, at pinutol sa $\frac{3}{4}$-pulgada na piraso
- $1\frac{1}{8}$ kutsarita ng table salt, hinati
- $1\frac{1}{4}$ tasa ng plain Greek yogurt
- $\frac{1}{4}$ tasa tinadtad na sariwang cilantro, hinati
- 3 kutsarang extra-virgin olive oil, hinati
- 2 kutsarita ng gadgad na sariwang luya
- 1 kutsarita na gadgad na lime zest kasama ang 2 kutsarang juice, hinati
- 1 sibuyas ng bawang, tinadtad
- $\frac{1}{2}$ kutsarita ng giniling na kumin
- $\frac{1}{2}$ kutsarita ng ground coriander
- $\frac{1}{4}$ kutsarita ng paminta
- 5 onsa (5 tasa) watercress, napunit sa kasing laki ng kagat
- $\frac{1}{4}$ cup shelled pistachios, toasted at tinadtad, hinati

Mga direksyon:

a) Pagsamahin ang mga beets, ⅓tasa ng tubig, at $\frac{1}{2}$ kutsarita ng asin sa malaking mangkok. Takpan at microwave hanggang sa madaling mabutas ang mga beet gamit ang paring knife, 25 hanggang 30 minuto, hinahalo sa kalagitnaan ng microwaving. Alisan ng tubig ang mga beets sa colander at hayaang lumamig.

b) Paghaluin ang yogurt, 3 kutsarang cilantro, 2 kutsarang mantika, luya, lime zest at 1 kutsarang juice, bawang, kumin, kulantro, paminta, at $\frac{1}{2}$ kutsaritang asin sa mangkok. Dahan-

dahang haluin ang hanggang 3 kutsarang tubig hanggang ang timpla ay maging pare-pareho ng regular na yogurt. Timplahan ng asin at paminta ayon sa panlasa. Ikalat ang pinaghalong yogurt sa serving platter.

c) Ihagis ang watercress na may 2 kutsarang pistachios, 2 kutsarita ng mantika, 1 kutsarita ng katas ng dayap, at kurot na asin sa malaking mangkok. Ayusin ang watercress mixture sa ibabaw ng yogurt mixture, mag-iwan ng 1-inch na border ng yogurt mixture. Ihagis ang mga beet sa natitirang 1 kutsarita ng langis, natitirang 2 kutsarita ng katas ng kalamansi, at natitirang kurot na asin sa mangkok na walang laman.

d) Ayusin ang halo ng beet sa ibabaw ng pinaghalong watercress. Budburan ang salad na may natitirang 1 kutsarang cilantro at natitirang 2 kutsarang pistachios at ihain.

76. Fattoush na may Butternut Squash at Apple

SERVE 4

Mga sangkap:

- 2 (8-pulgada) na tinapay na pita, hinahati nang pahalang
- $\frac{1}{2}$ tasa ng extra-virgin olive oil, hinati
- $\frac{1}{8}$ plus $\frac{3}{4}$ kutsaritang table salt, hinati
- $\frac{1}{8}$ kutsarita ng paminta
- 2 pounds butternut squash, binalatan, pinagbinhan, at pinutol sa $\frac{1}{2}$-pulgadang piraso
- 3 kutsarang lemon juice
- 4 na kutsarita na giniling na sumac, at dagdag para sa paghahatid
- 1 sibuyas ng bawang, tinadtad
- 1 mansanas, tinadtad at gupitin sa $\frac{1}{2}$ pulgadang piraso
- $\frac{1}{4}$ ulo ng radicchio, kinatas at tinadtad (1 tasa)
- $\frac{1}{2}$ tasa tinadtad na sariwang perehil
- 4 scallions, hiniwa ng manipis

Mga direksyon:

a) Ayusin ang mga rack ng oven sa gitna at pinakamababang posisyon at init ang oven sa 375 degrees. Gamit ang mga gunting sa kusina, gupitin ang paligid ng bawat pita at paghiwalayin sa 2 manipis na bilog. Gupitin ang bawat round sa kalahati.

b) Ilagay ang mga pitas na makinis na gilid pababa sa wire rack na nakalagay sa rimmed baking sheet. I-brush ang magaspang na bahagi ng pitas nang pantay-pantay ng 3 kutsarang mantika, pagkatapos ay budburan ng $\frac{1}{8}$ kutsarita ng asin at paminta.

c) Maghurno sa itaas na rack hanggang ang pitas ay malutong at maputlang ginintuang kayumanggi, 8 hanggang 12 minuto. Hayaang lumamig nang lubusan.

d) Taasan ang temperatura ng oven sa 450 degrees. Ihagis ang kalabasa na may 1 kutsarang mantika at $\frac{1}{2}$ kutsarita ng asin. Ikalat sa pantay na layer sa rimmed baking sheet at inihaw sa ibabang rack hanggang sa browned at malambot, 20 hanggang 25 minuto, hinahalo sa kalahati. Itabi upang bahagyang lumamig, mga 10 minuto.

e) Paghaluin ang lemon juice, sumac, bawang, at natitirang $\frac{1}{4}$ kutsarita ng asin sa maliit na mangkok at hayaang umupo ng 10 minuto. Patuloy na paghahalo, dahan-dahang ibuhos ang natitirang $\frac{1}{4}$ tasa ng mantika.

f) Hatiin ang pinalamig na pitas sa $\frac{1}{2}$-inch na piraso at ilagay sa malaking mangkok. Magdagdag ng inihaw na kalabasa, mansanas, radicchio, perehil, at scallion. Ibuhos ang dressing sa salad at ihagis nang dahan-dahan upang mabalot. Timplahan ng asin at paminta ayon sa panlasa. Ihain, iwisik ang mga indibidwal na bahagi na may dagdag na sumac.

77. Panzanella na may Fiddleheads

SERVE 4

Mga sangkap:

- 1 pound fiddleheads, pinutol at nilinis
- $\frac{1}{2}$ kutsarita ng table salt, hinati, at asin para sa pagpapaputi ng mga fiddlehead
- 6 ounces ciabatta o sourdough bread, hiwa sa $\frac{3}{4}$-inch na piraso (4 na tasa)
- $\frac{1}{2}$ tasa ng extra-virgin olive oil, hinati
- 1 sibuyas ng bawang, tinadtad upang i-paste
- $\frac{1}{2}$ kutsarita ng paminta, hinati
- $\frac{1}{4}$ tasa ng red wine vinegar
- 5 ounces grape tomatoes, hinati
- 2 ounces na keso ng kambing, gumuho ($\frac{1}{2}$ tasa)
- $\frac{1}{4}$ tasa tinadtad na sariwang basil

Mga direksyon:

a) Pakuluan ang 4 na litro ng tubig sa malaking palayok. Punan ang malaking mangkok sa kalahati ng yelo at tubig. Magdagdag ng fiddleheads at 1 kutsarang asin sa tubig na kumukulo at lutuin hanggang malutong, mga 5 minuto.

b) Gamit ang spider skimmer o slotted na kutsara, ilipat ang mga fiddlehead sa ice bath at hayaang lumamig, mga 2 minuto. Ilipat ang mga fiddlehead sa plato na nilagyan ng triple layer ng mga tuwalya ng papel at patuyuing mabuti.

c) Paghaluin ang tinapay, 3 kutsarang tubig, at $\frac{1}{4}$ kutsarita ng asin sa malaking mangkok, dahan-dahang pisilin ang tinapay hanggang sa masipsip ang tubig. Magluto ng pinaghalong tinapay at $\frac{1}{4}$ tasa ng mantika sa 12-pulgada na nonstick skillet sa katamtamang init, hinahalo nang madalas, hanggang sa maging kayumanggi at malutong, 7 hanggang 10 minuto.

d) Patayin ang init, itulak ang tinapay sa mga gilid ng kawali. Magdagdag ng 1 kutsarang mantika, bawang, at $\frac{1}{4}$ kutsarita ng paminta at lutuin gamit ang natitirang init ng kawali, mamasa ang timpla sa kawali, hanggang mabango, mga 10 segundo. Haluin ang tinapay sa pinaghalong bawang, pagkatapos ay ilipat ang mga crouton sa mangkok upang bahagyang lumamig, mga 5 minuto.

e) Paghaluin ang suka, natitirang 3 kutsarang mantika, natitirang $\frac{1}{4}$ kutsarita ng asin, at natitirang $\frac{1}{4}$ kutsarita ng paminta sa malaking mangkok hanggang sa pagsamahin. Magdagdag ng mga fiddleheads, croutons, at mga kamatis at ihagis nang dahan-dahan upang mabalot. Timplahan ng asin at paminta ayon sa panlasa. Ilipat sa serving platter at budburan ng goat cheese at basil. maglingkod.

78. Tinadtad na Gulay at Stone Fruit Salad

SERVE 4 HANGGANG 6

Mga sangkap:

- 1 libra hinog ngunit matitigas na mga plum, nectarine, peach, o mga aprikot, hinati, pitted, at tinadtad
- $\frac{1}{2}$ kutsarita plus $\frac{1}{8}$ kutsaritang table salt, hinati
- $\frac{1}{2}$ kutsarita ng asukal
- 2 kutsarang extra-virgin olive oil
- 2 kutsarang lemon juice
- $\frac{1}{4}$ kutsarita ng paminta
- 4 na mga pipino ng Persia, i-quartered ang haba at tinadtad
- 1 pulang kampanilya paminta, stemmed, seeded, at tinadtad
- 4 na labanos, pinutol at tinadtad
- $\frac{1}{4}$ tasa tinadtad na sariwang mint
- $\frac{1}{4}$ tasa tinadtad na sariwang perehil
- 1 bawang, tinadtad
- 2 kutsaritang giniling na sumac

Mga direksyon:

a) Ihagis ang mga plum na may $\frac{1}{2}$ kutsarita ng asin at asukal sa mangkok.

b) Ilipat sa fine-mesh strainer at hayaang matuyo sa loob ng 15 minuto, paminsan-minsang ihagis.

c) Paghaluin ang mantika, lemon juice, paminta, at natitirang $\frac{1}{8}$ kutsarita ng asin sa malaking mangkok. Magdagdag ng mga pinatuyo na plum, pipino, kampanilya, labanos, mint, perehil, shallot, at sumac at dahan-dahang ihagis upang pagsamahin.

d) Timplahan ng asin at paminta sa panlasa, at ihain kaagad.

79. Parsley-Cucumber Salad na may Feta

SERVES 4 TO 6 | 15 MIN

Mga sangkap:

- 1 kutsarang molasses ng granada
- 1 kutsarang red wine vinegar
- $\frac{1}{4}$ kutsarita ng table salt
- $\frac{1}{8}$ kutsarita ng paminta
- Kurutin ang cayenne pepper
- 3 kutsarang extra-virgin olive oil
- 3 tasang sariwang dahon ng perehil
- 1 English cucumber, hinati nang pahaba at hiniwang manipis
- 1 tasa ng mga walnut, toasted at tinadtad na magaspang, hinati
- 1 tasang buto ng granada, hinati
- 4 ounces feta cheese, hiniwang manipis

Mga direksyon:

a) Paghaluin ang molasses ng granada, suka, asin, paminta, at cayenne sa malaking mangkok. Patuloy na paghahalo, dahan-dahang ibuhos sa mantika hanggang sa emulsified.

b) Magdagdag ng perehil, pipino, $\frac{1}{2}$ tasa ng mga walnut, at $\frac{1}{2}$ tasa ng buto ng granada at ihagis. Timplahan ng asin at paminta ayon sa panlasa.

c) Ilipat sa serving platter at itaas na may feta, natitirang $\frac{1}{2}$ tasang walnut, at natitirang $\frac{1}{2}$ tasang buto ng granada.

d) maglingkod.

80. Triple Pea Salad

SERVE 4

Mga sangkap:

- 4 ounces sugar snap peas, tinanggal ang mga string, gupitin sa $\frac{1}{2}$-pulgada na piraso
- $\frac{1}{2}$ kutsarita kasama ang kurot na table salt, hinati, kasama ang asin para sa blanching
- 9 ounces shell-on English na mga gisantes, pinalamanan ($\frac{3}{4}$ tasa)
- 5 tablespoons extra-virgin olive oil, hinati
- $\frac{1}{4}$ tasa plain Greek yogurt
- 2 tablespoons plus 1 kutsarita lemon juice, hinati
- 1 sibuyas ng bawang, tinadtad
- 2 kutsarita ng Dijon mustard
- $\frac{1}{4}$ kutsarita ng paminta
- 2 onsa (2 tasa) baby arugula
- 4 ounces snow peas, tinanggal ang mga string, hiniwang manipis sa bias
- 4 na labanos, pinutol, hinati, at hiniwang manipis
- ⅓tasa ng sariwang dahon ng mint, napunit kung malaki

Mga direksyon:

a) Punan ang malaking mangkok sa kalahati ng yelo at tubig. Ilagay ang colander sa ice bath. Pakuluan ang 1-quart na tubig sa medium saucepan sa mataas na apoy.

b) Magdagdag ng mga snap pea at 1 kutsarang asin at lutuin hanggang ang mga snap pea ay maliwanag na berde at malutong na malambot, mga 1 minuto.

c) Gamit ang spider skimmer o slotted spoon, ilipat ang snap peas sa colander set sa ice bath. Magdagdag ng English peas sa kumukulong tubig at lutuin hanggang sa maliwanag na berde at malambot, mga $1\frac{1}{2}$ minuto.

d) Ilipat sa colander na may mga snap na gisantes at hayaang lumamig, mga 5 minuto. Iangat ang colander mula sa ice bath at ilipat ang mga gisantes sa plato na nilagyan ng triple layer na mga tuwalya ng papel at patuyuing mabuti; itabi.

e) Paghaluin ang $\frac{1}{4}$ tasang mantika, yogurt, 2 kutsarang lemon juice, bawang, mustasa, paminta, at $\frac{1}{2}$ kutsaritang asin sa mangkok. Ikalat ang pinaghalong yogurt sa serving platter.

f) Ihagis ang arugula, snow peas, labanos, mint, at pinalamig na mga gisantes na may natitirang 1 kutsarita ng lemon juice, natitirang pakurot na asin, at natitirang 1 kutsarang mantika sa magkahiwalay na malaking mangkok.

g) Ayusin ang salad sa ibabaw ng pinaghalong yogurt. Ihain kaagad, pinagsasama ang salad na may pinaghalong yogurt habang naghahain ka.

81. Sweet Potato Salad na may mga almendras

SERVE 6

Mga sangkap:

- 3 kilo ng kamote, binalatan at pinutol sa $\frac{3}{4}$-pulgada na piraso
- 6 na kutsarang extra-virgin olive oil, hinati
- 2 kutsarita ng table salt
- 3 scallions, hiniwa ng manipis
- 3 kutsarang katas ng kalamansi (2 kalamansi)
- 1 jalapeño chile, may tangkay, pinagbinhan, at tinadtad
- 1 kutsarita ng ground cumin
- 1 kutsarita pinausukang paprika
- 1 kutsarita ng paminta
- 1 sibuyas ng bawang, tinadtad
- $\frac{1}{2}$ kutsarita ng ground allspice
- $\frac{1}{2}$ tasa sariwang dahon ng cilantro at tangkay, tinadtad na magaspang
- $\frac{1}{2}$ tasa ng buong almond, toasted at tinadtad

Mga direksyon:

a) Ayusin ang oven rack sa gitnang posisyon at init ang oven sa 450 degrees. Ihagis ang patatas na may 2 kutsarang mantika at asin, pagkatapos ay ilipat sa rimmed baking sheet at ikalat sa pantay na layer. Inihaw hanggang ang patatas ay malambot at nagsisimula pa lamang maging kayumanggi, 30 hanggang 40 minuto, hinahalo sa kalagitnaan ng pag-ihaw. Hayaang lumamig ang patatas sa loob ng 30 minuto.

b) Samantala, pagsamahin ang scallion, lime juice, jalapeño, cumin, paprika, pepper, bawang, allspice, at natitirang $\frac{1}{4}$ cup oil sa malaking mangkok. Magdagdag ng cilantro, almond, at patatas at ihagis upang pagsamahin. maglingkod.

82. Horiatiki Salata

SERVE 4

Mga sangkap:

- $1\frac{3}{4}$ pounds hinog na kamatis, core
- $1\frac{1}{4}$ kutsarita ng table salt, hinati
- $\frac{1}{2}$ pulang sibuyas, hiniwang manipis
- 2 kutsarang red wine vinegar
- 1 kutsarita ng pinatuyong oregano, at dagdag para sa pampalasa
- $\frac{1}{2}$ kutsarita ng paminta
- 1 English cucumber, i-quartered lengthwise at gupitin sa $\frac{3}{4}$-inch na piraso
- 1 berdeng kampanilya paminta, tangkay, pinagbinhan, at gupitin sa 2 by $\frac{1}{2}$-inch na piraso
- 1 tasa pitted Kalamata olives
- 2 tablespoons capers, banlawan
- $\frac{1}{4}$ tasa ng extra-virgin olive oil, at dagdag para sa pag-ambon
- 1 (8-onsa) na bloke ng feta cheese, hiniwa sa mga tatsulok na $\frac{1}{2}$ pulgada ang kapal

Mga direksyon:

a) Gupitin ang mga kamatis sa $\frac{1}{2}$-pulgada ang kapal ng wedges. Gupitin ang mga wedge sa kalahating crosswise.

b) Paghaluin ang mga kamatis at $\frac{1}{2}$ kutsarita ng asin sa colander set sa malaking mangkok. Hayaang maubos ng 30 minuto. Ilagay ang sibuyas sa maliit na mangkok, takpan ng tubig na yelo, at hayaang umupo ng 15 minuto.

c) Ihalo ang suka, oregano, paminta, at natitirang $\frac{3}{4}$ kutsarita ng asin sa pangalawang maliit na mangkok.

d) Itapon ang tomato juice at ilipat ang mga kamatis sa walang laman na mangkok. Alisan ng tubig ang sibuyas at idagdag sa mangkok na may mga kamatis.

e) Magdagdag ng pinaghalong suka, pipino, kampanilya, olibo, at mga caper at ihagis upang pagsamahin. Pahiran ng mantika at dahan-dahang ihalo upang malagyan ng coat.

f) Timplahan ng asin at paminta ayon sa panlasa. Ilipat sa serving platter at itaas na may feta. Timplahan ng dagdag na oregano ang bawat hiwa ng feta sa panlasa, at lagyan ng dagdag na mantika. maglingkod.

83. Feta, Jicama, at Tomato Salad

SERVE 4

Mga sangkap:

- $1\frac{3}{4}$ pounds hinog na kamatis, core
- $\frac{1}{4}$ kutsarita ng table salt, kasama ang asin para sa pag-aasin ng mga gulay
- $\frac{1}{2}$ pulang sibuyas, hiniwang manipis
- 3 kutsarang katas ng kalamansi (2 kalamansi)
- $1\frac{1}{4}$ kutsarita ng pinatuyong oregano, hinati
- $\frac{3}{4}$ tasa tinadtad na sariwang cilantro, hinati
- $\frac{1}{2}$ kutsarita ng paminta
- 12 ounces jicama, binalatan at pinutol sa $\frac{1}{4}$-pulgada na piraso
- 6 na labanos, pinutol at gupitin sa $\frac{1}{4}$-pulgada na piraso
- 1 tasa pitted Kalamata olives
- $\frac{1}{4}$ tasa ng extra-virgin olive oil, at dagdag para sa pag-ambon
- 1 (8-onsa) na bloke ng feta cheese, hiniwa sa mga tatsulok na $\frac{1}{2}$ pulgada ang kapal

Mga direksyon:

a) Gupitin ang mga kamatis sa $\frac{1}{2}$-pulgada ang kapal ng wedges. Gupitin ang mga wedge sa kalahating crosswise.

b) Paghaluin ang mga kamatis at $\frac{1}{2}$ kutsarita ng asin sa colander set sa malaking mangkok. Hayaang maubos ng 30 minuto. Ilagay ang sibuyas sa maliit na mangkok, takpan ng tubig na yelo, at hayaang umupo ng 15 minuto. Paghaluin ang katas ng kalamansi, 1 kutsarita ng oregano, $\frac{1}{2}$ tasa ng cilantro, paminta, at natitirang $\frac{1}{4}$ kutsarita ng asin sa pangalawang maliit na mangkok.

c) Itapon ang tomato juice at ilipat ang mga kamatis sa walang laman na mangkok. Alisan ng tubig ang sibuyas at idagdag sa mangkok na may mga kamatis. Magdagdag ng pinaghalong kalamansi, jicama, labanos, at olibo at ihagis upang pagsamahin.

d) Pahiran ng mantika at dahan-dahang ihalo upang malagyan ng coat. Timplahan ng asin at paminta ayon sa panlasa. Ilipat sa serving platter at itaas na may feta.

e) Budburan ang feta nang pantay-pantay sa natitirang $\frac{1}{4}$ kutsarita ng oregano at natitirang $\frac{1}{4}$ cup cilantro. Ihain, binubuan ng dagdag na mantika.

84. Inihaw na Pattypan Squash Salad

SERVES 4 TO 6 | 1 HR

Mga sangkap:

Pesto

- 1 onsa dandelion greens, pinutol at pinunit sa laki ng kagat
- 3 kutsarang inihaw na buto ng mirasol
- 3 kutsarang tubig
- 1 kutsarang maple syrup
- 1 kutsarang cider vinegar
- 1 sibuyas ng bawang, tinadtad
- $\frac{1}{4}$ kutsarita ng table salt
- $\frac{1}{8}$ kutsarita ng red pepper flakes
- $\frac{1}{4}$ tasa ng extra-virgin olive oil

Salad

- 2 kutsarang extra-virgin olive oil
- 2 kutsarita ng maple syrup
- $\frac{1}{2}$ kutsarita ng table salt
- $\frac{1}{8}$ kutsarita ng paminta
- $1\frac{1}{2}$ pounds na baby pattypan squash, hinati nang pahalang
- 4 na tainga ng mais, mga butil na pinutol mula sa pumalo
- 1 libra na hinog na mga kamatis, tinadtad, gupitin sa $\frac{1}{2}$-pulgada ang kapal ng wedges, at wedges na hinati nang pahahati sa crosswise
- 1 onsa dandelion greens, pinutol at pinunit sa laki ng kagat (1 tasa)
- 2 kutsarang inihaw na buto ng mirasol

Mga direksyon:

a) Para sa pesto: Ayusin ang oven rack sa pinakamababang posisyon, ilagay ang rimmed baking sheet sa rack, at init ang oven sa 500 degrees. Iproseso ang mga dandelion greens, sunflower seeds, tubig, maple syrup, suka, bawang, asin, at pepper flakes sa food processor hanggang makinis, humigit-kumulang 1 minuto, i-scrap ang mga gilid ng mangkok kung kinakailangan. Habang tumatakbo ang processor, dahan-dahang ibuhos ang mantika hanggang sa maisama.

b) Para sa salad: Pagsamahin ang mantika, maple syrup, asin, at paminta sa malaking mangkok. Magdagdag ng kalabasa at mais at ihagis sa amerikana. Gumagawa nang mabilis, ikalat ang mga gulay sa isang layer sa mainit na sheet, ayusin ang hiwa ng kalabasa sa gilid pababa.

c) Igisa hanggang ang hiwa na bahagi ng kalabasa ay maging kayumanggi at malambot, 15 hanggang 18 minuto. Ilipat ang kawali sa wire rack at hayaang lumamig nang bahagya, mga 15 minuto.

d) Pagsamahin ang inihaw na kalabasa at mais, kalahati ng pesto, mga kamatis, at mga dandelion green sa malaking mangkok at ihagis nang malumanay upang pagsamahin.

e) Ibuhos ang natitirang pesto at budburan ng sunflower seeds. maglingkod.

85. Chocolate Panna Cotta

5 bahagi

Mga sangkap:

- 500 ML mabigat na cream
- 10 g gelatine
- 70 g itim na tsokolate
- 2 kutsara ng yogurt
- 3 kutsara ng asukal
- isang kurot ng asin

Mga direksyon:

a) Sa isang maliit na halaga ng cream, ibabad ang gelatine.

b) Sa isang maliit na kasirola, ibuhos ang natitirang cream. Dalhin ang asukal at yogurt sa isang pigsa, pagpapakilos paminsan-minsan, ngunit huwag pakuluan. Alisin ang kawali mula sa init.

c) Haluin ang tsokolate at gelatin hanggang sa tuluyang matunaw.

d) Punan ang mga molde ng batter at palamigin ng 2-3 oras.

e) Upang palabasin ang panna cotta mula sa amag, patakbuhin ito sa ilalim ng mainit na tubig sa loob ng ilang segundo bago alisin ang dessert.

f) Palamutihan ayon sa gusto mo at ihain!

86. Cheesy Galette kasama si Salami

5 bahagi

Mga sangkap:

- 130 g mantikilya
- 300 g harina
- 1 kutsarita ng asin
- 1 itlog
- 80 ML ng gatas
- 1/2 kutsarita ng suka
- pagpuno:
- 1 kamatis
- 1 matamis na paminta
- zucchini
- salami
- mozzarella
- 1 kutsarang langis ng oliba
- herbs (tulad ng thyme, basil, spinach)

Mga direksyon:

a) Cube up ang mantikilya.

b) Sa isang mangkok o kawali, pagsamahin ang mantika, harina, at asin at i-chop gamit ang kutsilyo.

c) Ihagis ang isang itlog, ilang suka, at ilang gatas.

d) Simulan ang pagmamasa ng kuwarta. Palamigin sa loob ng kalahating oras pagkatapos igulong ito sa isang bola at balutin ito ng plastic wrap.

e) Gupitin ang lahat ng filling Ingredient.

f) Ilagay ang pagpuno sa gitna ng isang malaking bilog ng kuwarta na inilabas sa baking parchment (maliban sa Mozzarella).

g) Ibuhos ang langis ng oliba at timplahan ng asin at paminta.

h) Pagkatapos ay maingat na iangat ang mga gilid ng kuwarta, balutin ang mga ito sa magkasanib na mga seksyon, at bahagyang pindutin ang mga ito.
i) Painitin ang hurno sa 200°C at maghurno ng 35 minuto. Idagdag ang mozzarella sampung minuto bago matapos ang oras ng pagluluto at ipagpatuloy ang pagluluto.
j) Ihain kaagad!

87. Tiramisu

Servings: 6

Mga sangkap:

- 4 na pula ng itlog
- $\frac{1}{4}$ tasa puting asukal
- 1 kutsarang vanilla extract
- $\frac{1}{2}$ tasa ng whipping cream
- 2 tasang mascarpone cheese
- 30 mga daliri ng babae
- 1 $\frac{1}{2}$ tasang ice cold brewed na kape na nakatago sa refrigerator
- $\frac{3}{4}$ tasa ng Frangelico liqueur
- 2 kutsarang unsweetened cocoa powder

Mga direksyon:

a) Sa isang mixing basin, haluin ang mga pula ng itlog, asukal, at vanilla extract hanggang sa mag-atas.

b) Pagkatapos nito, haluin ang whipping cream hanggang sa matigas.

c) Pagsamahin ang mascarpone cheese at ang whipped cream.

d) Sa isang maliit na mangkok ng paghahalo, bahagyang tiklupin ang mascarpone sa mga pula ng itlog at iwanan sa isang tabi.

e) Pagsamahin ang alak sa malamig na kape.

f) Isawsaw kaagad ang lady-finger sa pinaghalong kape. Kung ang lady-finger ay masyadong basa o basa, sila ay magiging basa.

g) Ilagay ang kalahati ng mga daliri ng babae sa ilalim ng isang 9x13-pulgadang baking dish.

h) Ilagay ang kalahati ng pinaghalong pagpuno sa itaas.

i) Ilagay ang natitirang mga daliri ng babae sa itaas.

j) Maglagay ng takip sa ibabaw ng pinggan. Pagkatapos nito, palamigin ng 1 oras.

k) Alikabok ng cocoa powder.

88. Creamy na Ricotta Pie

Servings: 6

Mga sangkap:

- 1 pie crust na binili sa tindahan
- 1 $\frac{1}{2}$ lb. ricotta cheese
- $\frac{1}{2}$ tasa ng mascarpone cheese
- 4 na pinalo na itlog
- $\frac{1}{2}$ tasang puting asukal
- 1 kutsarang brandy

Mga direksyon:

a) Painitin ang hurno sa 350 degrees Fahrenheit.

b) Pagsamahin ang lahat ng filling Ingredients sa isang mixing bowl. Pagkatapos ay ibuhos ang timpla sa crust.

c) Painitin ang oven sa 350°F at maghurno ng 45 minuto.

d) Palamigin ang pie nang hindi bababa sa 1 oras bago ihain.

89. Anisette Cookies

Mga serving: 36

Mga sangkap:

- 1 tasang asukal
- 1 tasang mantikilya
- 3 tasang harina
- $\frac{1}{2}$ tasang gatas
- 2 pinalo na itlog
- 1 kutsarang baking powder
- 1 kutsarang almond extract
- 2 kutsarita ng anisette liqueur
- 1 tasa ng asukal sa mga confectioner

Mga direksyon:

a) Painitin ang hurno sa 375 degrees Fahrenheit.

b) Pagsamahin ang asukal at mantikilya hanggang sa liwanag at malambot.

c) Isama ang harina, gatas, itlog, baking powder, at almond extract nang paunti-unti.

d) Masahin ang kuwarta hanggang sa ito ay maging malagkit.

e) Gumawa ng maliliit na bola mula sa 1-pulgadang haba ng mga piraso ng kuwarta.

f) Painitin muna ang oven sa 350°F at lagyan ng grasa ang isang baking sheet. Ilagay ang mga bola sa baking sheet.

g) Painitin muna ang oven sa 350°F at i-bake ang cookies sa loob ng 8 minuto.

h) Pagsamahin ang anisette liqueur, confectioner's sugar, at 2 kutsarang mainit na tubig sa isang mixing bowl.

i) Panghuli, isawsaw ang cookies sa glaze habang mainit pa ang mga ito.

90. Panna Cotta

Servings: 6

Mga sangkap:

- $\frac{1}{3}$tasa ng gatas
- 1 pakete na walang lasa ng gulaman
- 2 $\frac{1}{2}$ tasang mabigat na cream
- $\frac{1}{4}$ tasa ng asukal
- $\frac{3}{4}$ tasa ng hiniwang strawberry
- 3 kutsarang brown sugar
- 3 kutsarang brandy

Mga direksyon:

a) Pagsamahin ang gatas at gulaman hanggang sa ganap na matunaw ang gulaman. Alisin sa equation.

b) Sa isang maliit na kasirola, pakuluan ang mabigat na cream at asukal.

c) Isama ang gelatin mixture sa mabigat na cream at whisk sa loob ng 1 minuto.

d) Hatiin ang timpla sa 5 ramekin.

e) Maglagay ng plastic wrap sa ibabaw ng ramekin. Pagkatapos nito, palamigin ng 6 na oras.

f) Sa isang mixing bowl, pagsamahin ang mga strawberry, brown sugar, at brandy; palamigin nang hindi bababa sa 1 oras.

g) Ilagay ang mga strawberry sa ibabaw ng panna cotta.

91. Caramel Flan

Servings: 4

Mga sangkap:

- 1 kutsarang vanilla extract
- 4 na itlog
- 2 lata ng gatas (1 evaporated at 1 sweetened condensed)
- 2 tasang whipping cream
- 8 kutsarang asukal

Mga direksyon:

a) Painitin muna ang oven sa 350 degrees Fahrenheit.

b) Sa isang nonstick pan, tunawin ang asukal sa katamtamang init hanggang sa ginintuang.

c) Ibuhos ang liquefied sugar sa isang baking pan habang ito ay mainit pa.

d) Sa isang mixing dish, basagin at talunin ang mga itlog. Pagsamahin ang condensed milk, vanilla extract, cream, at sweetened milk sa isang mixing bowl. Gumawa ng isang masinsinang halo.

e) Ibuhos ang batter sa tinunaw na sugar-coated baking pan. Ilagay ang kawali sa mas malaking kawali na may 1 pulgadang tubig na kumukulo.

f) Maghurno ng 60 minuto.

92. Catalan Cream

Servings: 3

Mga sangkap:

- 4 na pula ng itlog
- 1 kanela (stick)
- 1 lemon (zest)
- 2 kutsarang gawgaw
- 1 tasang asukal
- 2 tasang gatas
- 3 tasang Sariwang Prutas (berries o igos)

Mga direksyon:

a) Sa isang kawali, haluin ang mga pula ng itlog at isang malaking bahagi ng asukal. Haluin hanggang sa mabula at makinis ang timpla.

b) Idagdag ang cinnamon stick na may lemon zest. Gumawa ng isang masinsinang halo.

c) Paghaluin ang gawgaw at gatas. Sa mababang init, haluin hanggang sa lumapot ang timpla.

d) Alisin ang palayok sa oven. Hayaang lumamig ng ilang minuto.

e) Ilagay ang timpla sa ramekin at itabi.

f) Itabi nang hindi bababa sa 3 oras sa refrigerator.

g) Kapag handa nang ihain, ibuhos ang natitirang asukal sa mga ramekin.

h) Ilagay ang mga ramekin sa ilalim na istante ng boiler. Hayaang matunaw ang asukal hanggang sa maging golden brown ang kulay.

i) Bilang isang palamuti, ihain kasama ng mga prutas.

93. Spanish nut candy

Servings: 1 Servings

sangkap

- 1 tasang Gatas
- 3 tasa Light brown sugar
- 1 kutsarang mantikilya
- 1 kutsarita Vanilla extract
- 1 libra ng walnut meats; tinadtad

Mga direksyon:

a) Pakuluan ang gatas na may brown sugar hanggang sa mag-caramelize, pagkatapos ay ilagay ang mantikilya at vanilla essence bago ihain.

b) Bago alisin ang kendi mula sa apoy, idagdag ang mga walnuts.

c) Sa isang malaking mangkok ng paghahalo, pagsamahin nang husto ang mga mani at sandok ang timpla sa mga inihandang muffin lata.

d) Gupitin kaagad ang mga parisukat gamit ang isang matalim na kutsilyo.

94. Pudding na may pulot

Servings: 6 servings

sangkap

- $\frac{1}{4}$ tasa unsalted butter
- $1\frac{1}{2}$ tasang Gatas
- 2 malalaking Itlog; pinalo ng mahina
- 6 na hiwa ng White country bread; napunit
- $\frac{1}{2}$ tasa Maaliwalas; manipis na pulot, dagdag pa
- 1 kutsarang Clear; manipis na pulot
- $\frac{1}{2}$ tasa ng mainit na tubig; plus
- 1 kutsarang mainit na tubig
- $\frac{1}{4}$ kutsarita Ground cinnamon
- $\frac{1}{4}$ kutsarita ng Vanilla

Mga direksyon:

a) Painitin muna ang oven sa 350 degrees at gumamit ng kaunting mantikilya sa mantikilya ng 9-inch glass pie dish. Paghaluin ang gatas at mga itlog, pagkatapos ay idagdag ang mga piraso ng tinapay at i-coat ang mga ito nang pantay-pantay.

b) Iwanan ang tinapay na nakababad sa loob ng 15 hanggang 20 minuto, baligtarin nang isa o dalawang beses. Sa isang malaking non-stick skillet, init ang natitirang mantikilya sa katamtamang init.

c) Iprito ang binabad na tinapay sa mantikilya hanggang sa gintuang, mga 2 hanggang 3 minuto sa bawat panig. Ilipat ang tinapay sa baking dish.

d) Sa isang mangkok, pagsamahin ang pulot at ang mainit na tubig at haluin hanggang ang timpla ay pantay na pinaghalo.

e) Ihalo ang kanela at banilya at ibuhos ang halo sa ibabaw at sa paligid ng tinapay.

f) Maghurno para sa mga 30 minuto, o hanggang sa gintuang kayumanggi.

95. Spanish onion torte

Servings: 2 servings

sangkap

- ½ kutsarita ng langis ng oliba
- 1 litro ng Espanyol na sibuyas
- ¼ tasa ng Tubig
- ¼ tasa pulang alak
- ¼ kutsarita ng pinatuyong rosemary
- 250 gramo ng patatas
- 3/16 tasa Natural na yogurt
- ½ kutsarang Plain flour
- ½ itlog
- ¼ tasa ng Parmesan cheese
- ⅛ tasa tinadtad na Italian parsley

Mga direksyon:

a) Ihanda ang mga sibuyas na Espanyol sa pamamagitan ng manipis na paghiwa sa mga ito at lagyan ng rehas ang patatas at parmesan cheese.

b) Sa isang heavy-bottomed na kawali, init ang mantika. Magluto, pagpapakilos paminsan-minsan, hanggang sa malambot ang mga sibuyas.

c) Pakuluan sa loob ng 20 minuto, o hanggang ang likido ay sumingaw at ang mga sibuyas ay naging madilim-pulang kayumanggi na kulay.

d) Paghaluin ang rosemary, patatas, harina, yoghurt, itlog, at parmesan cheese nang magkasama sa isang mixing bowl. Ihagis ang mga sibuyas.

e) Sa isang well-greased 25cm ovenproof flan dish, ikalat ang mga Ingredients nang pantay-pantay. Painitin ang hurno sa 200°C at maghurno sa loob ng 35-40 minuto, o hanggang sa ginintuang kayumanggi.

f) Palamutihan ng perehil bago hiwain at ihain.

96. Spanish pan soufflé

Servings: 1

sangkap

- 1 Box Spanish Quick Brown Rice
- 4 na Itlog
- 4 ounces tinadtad na berdeng sili
- 1 tasang Tubig
- 1 tasang gadgad na keso

Mga direksyon:

a) Sundin ang mga direksyon sa packaging para sa pagluluto ng mga nilalaman ng kahon.

b) Kapag ang kanin ay tapos na, haluin ang mga natitirang Sangkap, hindi kasama ang keso.

c) Ibabaw ng grated cheese at maghurno sa 325°F sa loob ng 30-35 minuto.

97. Frozen Honey Semifreddo

Serves: 8 servings

Mga sangkap

- 8 ounces mabigat na cream
- 1 kutsarita vanilla extract
- 1/4 kutsarita ng rosas na tubig
- 4 malalaking itlog
- 4 1/2 ounces honey
- 1/4 kutsarita plus 1/8 kutsarita kosher salt
- Mga toppings gaya ng hiniwang prutas, toasted nuts, cocoa nibs, o shaved chocolate

Mga direksyon

a) Painitin ang oven sa 350°F. Ihanay ang isang 9-by-5-inch na kawali na may plastic wrap o parchment paper.

b) Para sa Semifreddo, sa mangkok ng stand mixer na nilagyan ng whisk attachment, talunin ang cream, vanilla, at rose water hanggang sa matigas.

c) Ilipat sa isang hiwalay na mangkok o plato, takpan, at palamigin hanggang handa nang gamitin.

d) Sa mangkok ng isang stand mixer, haluin ang mga itlog, pulot, at asin. Upang timpla, gumamit ng nababaluktot na spatula upang paghaluin ang lahat. Ayusin ang init upang mapanatili ang isang mabagal na kumulo sa ibabaw ng inihandang paliguan ng tubig, siguraduhin na ang mangkok ay hindi hawakan ang tubig.

e) Sa isang palanggana na hindi kinakalawang na asero, lutuin, paikutin at kuskusin nang regular gamit ang isang nababaluktot na spatula, hanggang sa uminit sa 165°F, mga 10 minuto.

f) Ilipat ang mixture sa stand mixer na nilagyan ng whisk attachment kapag umabot na ito sa 165°F. Talunin ang mga itlog nang mataas hanggang sa mabula.
g) Dahan-dahang haluin ang kalahati ng inihandang whipped cream sa pamamagitan ng kamay. Idagdag ang mga natitirang Sangkap, mabilis na ihalo, pagkatapos ay itupi gamit ang isang flexible spatula hanggang sa maayos na timpla.
h) I-scrape sa inihandang loaf pan, takpan nang mahigpit, at i-freeze sa loob ng 8 oras o hanggang sa sapat na solid para hiwain, o hanggang ang panloob na temperatura ay umabot sa 0°F.
i) Baligtarin ang semifreddo sa isang cooled dish para ihain.

98. Zabaglione

Servings: 4

Mga sangkap

- 4 na pula ng itlog
- 1/4 tasa ng asukal
- 1/2 tasa Marsala Dry o iba pang dry white wine
- ilang sprigs ng sariwang mint

Mga direksyon:

a) Sa isang heat-proof basin, haluin ang mga yolks at asukal hanggang sa maputlang dilaw at makintab. Pagkatapos ay dapat ipasok ang Marsala.

b) Dalhin ang isang katamtamang palayok sa kalahating puno ng tubig sa mababang pigsa. Simulan ang paghahalo ng itlog/alak sa heatproof bowl sa ibabaw ng palayok.

c) Patuloy na talunin ng 10 minuto gamit ang mga electric beater (o whisk) sa mainit na tubig.

d) Gumamit ng instant-read thermometer upang matiyak na ang timpla ay umabot sa 160°F sa panahon ng pagluluto.

e) Alisin mula sa init at sandok ng zabaglione sa ibabaw ng iyong inihanda na prutas, pinalamutian ng sariwang dahon ng mint.

f) Ang Zabaglione ay parehong masarap na inihain sa ibabaw ng ice cream o sa sarili nitong.

99. Mga Sibuyas ng Sumac

Gumagawa ng mga 2 tasa

sangkap

- 1 pulang sibuyas, hinati at hiniwa sa dulo ng ugat sa $\frac{1}{4}$-pulgada na piraso
- 2 kutsarang lemon juice
- 2 kutsarang red wine vinegar
- 1 kutsarang extra-virgin olive oil
- 1 kutsarang giniling na sumac
- $\frac{1}{2}$ kutsarita ng asukal
- $\frac{1}{4}$ kutsarita ng table salt

Mga direksyon:

a) Pagsamahin ang lahat ng sangkap sa mangkok.

b) Hayaang umupo, pagpapakilos paminsan-minsan sa loob ng 1 oras. (Ang mga sibuyas ay maaaring palamigin ng hanggang 1 linggo).

100. Berdeng Zhoug

Gumagawa ng humigit-kumulang $\frac{1}{2}$ tasa

sangkap

- 6 na kutsarang extra-virgin olive oil
- $\frac{1}{2}$ kutsarita ng ground coriander
- $\frac{1}{4}$ kutsarita ng giniling na kumin
- $\frac{1}{4}$ kutsarita ng ground cardamom
- $\frac{1}{4}$ kutsarita ng table salt
- Kurutin ang mga clove sa lupa
- $\frac{3}{4}$ tasa sariwang dahon ng cilantro
- $\frac{1}{2}$ tasang sariwang dahon ng perehil
- 2 berdeng Thai chile, tinadtad at tinadtad
- 2 sibuyas ng bawang, tinadtad

Mga direksyon:

a) Microwave oil, coriander, cumin, cardamom, salt, at cloves sa covered bowl hanggang mabango, mga 30 segundo; hayaang lumamig nang lubusan.

b) Pulse oil-spice mixture, cilantro, parsley, chiles, at bawang sa food processor hanggang sa mabuo ang magaspang na paste, mga 15 pulso, i-scrap ang mga gilid ng mangkok kung kinakailangan.

KONGKLUSYON

Ang pagluluto sa lugar ng Mediterranean ay hindi dapat ipagkamali sa Mediterranean diet, na ginawang tanyag dahil sa maliwanag na mga benepisyo sa kalusugan ng isang diyeta na mayaman sa olive oil, trigo at iba pang mga butil, prutas, gulay, at isang tiyak na halaga ng seafood, ngunit mababa. sa karne at mga produkto ng pagawaan ng gatas.

Ang lutuing Mediterranean ay sumasaklaw sa mga paraan na ang mga ito at iba pang Sangkap, kabilang ang karne, ay hinarap sa kusina, nakapagbibigay man ng kalusugan ang mga ito o hindi.

Interesado na subukan ang Mediterranean diet? Magsimula sa mga tip na ito:

A. Gumawa ng mga pagkain sa paligid ng mga gulay, beans at buong butil.

B. Kumain ng isda ng hindi bababa sa dalawang beses sa isang linggo.

C. Gumamit ng langis ng oliba sa halip na mantikilya sa paghahanda ng pagkain.